AF623837

കാർട്ടൂണിസ്റ്റ് ശങ്കർ

cartoonist shankar • premjith kayamkulam • first edition june 2008 • typesetting and published by chintha publishers, thiruvananthapuram • distributed by deshabhimani book house • printed at akshara offset, thiruvananthapuram.

cover : shahul aliyar

വിതരണം : **ദേശാഭിമാനി ബുക്ക് ഹൗസ്**
H O തിരുവനന്തപുരം-695 001

ബ്രാഞ്ചുകൾ : തിരുവനന്തപുരം, കൊല്ലം, ആലപ്പുഴ, കോട്ടയം
എറണാകുളം, തൃശൂർ, കോഴിക്കോട്, കൽപ്പറ്റ, കണ്ണൂർ

CO - 1139 / 1960

കാർട്ടൂണിസ്റ്റ് ശങ്കർ

പ്രേംജിത്ത് കായംകുളം

ചിന്ത പബ്ലിഷേഴ്സ്
തിരുവനന്തപുരം-695 001

പ്രേംജിത്ത് കായംകുളം

അധ്യാപകനും എഴുത്തുകാരനുമായ പരേതനായ കീറ്റുപുറത്തു കുട്ടപ്പന്റേയും റിട്ടയേർഡ് ഹെഡ്മിസ്ട്രസ് പി എസ് ദേവകിയുടേയും മകൻ. കോഴിക്കോട് റീജണൽ എൻജിനിയറിംഗ് കോളേജിൽ (എൻ ഐ ടി) നിന്ന് എൻജിനിയറിംഗിൽ ബിരുദവും എ എം ഐ ഇയും വാസ്തുവിദ്യയിൽ ഡിപ്ലോമയും.

ഇപ്പോൾ പൊതുമരാമത്തു വകുപ്പിൽ അസിസ്റ്റന്റ് എക്സിക്യൂട്ടീവ് എൻജിനിയർ.

ആനുകാലികങ്ങളിൽ സ്ഥിരമായി ലേഖനങ്ങളെഴുതുകയും കാർട്ടൂൺ വരയ്ക്കുകയും ചെയ്യുന്നു. *സ്വാമി ബ്രഹ്മവ്രതൻ – ജീവിതവും നാടകങ്ങളും* എന്ന കൃതിയുടെ കർത്താവ്.

ഭാര്യ: എം എസ് ബിന്ദു

മക്കൾ: അശോകാ പ്രേം
ആഗ്നാ പ്രേം

വിലാസം: *ഹമാര*, കായംകുളം – 690502
ഫോൺ: 0479–2444721, 2445721

ഉള്ളടക്കം

ആമുഖക്കുറിപ്പ്

ഇന്ത്യൻ കാർട്ടൂണിസ്റ്റുകളുടെ ആചാര്യനാണ് കാർട്ടൂണിസ്റ്റ് ശങ്കർ എന്ന പേരിൽ ലോക പ്രശസ്തനായ കായംകുളം ഇല്ലിക്കുളത്തു കെ ശങ്കരപ്പിള്ള. ഒരിക്കൽ അദ്ദേഹം തന്റെ വരകളിലൂടെ ഇന്ത്യൻ രാഷ്ട്രീയത്തിന്റെ ഗതിവിഗതികളെ നിയന്ത്രിച്ചിരുന്നു എന്നു പറഞ്ഞാൽ ഒട്ടും അതിശയോക്തിയില്ല. രാഷ്ട്രീയ ആക്ഷേപഹാസ്യത്തിന്റെ സുവർണ്ണകാലഘട്ടം അദ്ദേഹത്തിന്റെ *ശങ്കേഴ്സ് വീക്കിലി*യിലൂടെയാണ് ഇവിടെ ആരംഭിക്കുന്നത്.

ബ്രിട്ടീഷ് ഭരണാധികാരികളും, ഗാന്ധിജി, നെഹ്റു എന്നിവരുൾപ്പെട്ട ദേശീയ നേതാക്കളുമെല്ലാം ശങ്കറിന്റെ ശക്തിയേറിയ വിമർശനങ്ങൾക്കു വിധേയരായിട്ടുണ്ട്. 1933–35 കാലഘട്ടത്തിൽ വിവിധ പ്രസിദ്ധീകരണങ്ങളിൽ അദ്ദേഹം വരച്ച കാർട്ടൂണുകൾക്ക് സ്വാതന്ത്ര്യസമരത്തിൽ ഗണ്യമായ സ്വാധീനം ചെലുത്താനുമായി. നെഹ്റു കുടുംബവുമായി അദ്ദേഹത്തിനുണ്ടായിരുന്ന അടുപ്പവും ഇണക്കവും വളരെ പ്രസിദ്ധമാണ്. ശങ്കർ ഏറ്റവുമധികം പരിഹസിച്ചിരുന്നതും തന്റെ ആത്മമിത്രമായ നെഹ്റുവിനെത്തന്നെയാണ്.

ദാർശനികമായ ഉൾക്കാഴ്ചയുടേയും പ്രവചനാത്മകതയുടേയും പിൻബലമുള്ള നർമ്മമായിരുന്നു ശങ്കറിന്റേത് – *ദീപശിഖാപ്രയാണം* എന്ന കാർട്ടൂൺ തന്നെ ഉദാഹരണം.

പിൽക്കാലത്ത് കാർട്ടൂൺരംഗത്ത് മികവുതെളിയിച്ച പലരും

ശങ്കറിന്റെ കാർട്ടൂൺ കളരിയിൽ നിന്നും പഠിച്ചിറങ്ങിയവരാണ്. പുതുമുഖങ്ങളെ കണ്ടെത്തി (പ്രത്യേകിച്ചും മലയാളികളെ) പ്രോത്സാഹിപ്പിക്കുന്നതിലും അദ്ദേഹം എന്നും എപ്പോഴും താൽപ്പര്യം കാണിച്ചു.

ചാച്ചാ നെഹ്റുവിനെപ്പോലെ കുട്ടികളുടെ കളിക്കൂട്ടുകാരനായിരുന്നു ശങ്കരമ്മാവൻ. ലോകത്തെമ്പാടുമുള്ള കുട്ടികൾക്കുവേണ്ടി അദ്ദേഹം തുടങ്ങിവെച്ച പാവ മ്യൂസിയവും ചിൽഡ്രൻസ് ബുക്ക് ട്രസ്റ്റും അന്താരാഷ്ട്ര ചിത്രരചനാ മത്സരങ്ങളും ആ സർഗ്ഗധനന്റെ ദീപ്ത സ്മരണകളുണർത്തി ഇന്നും നല്ല നിലയിൽ തുടർന്നുപോരുന്നു.

കാർട്ടൂണിസ്റ്റു ശങ്കർ മലയാളിയായിരുന്നു എന്ന വസ്തുത ഒരുപക്ഷേ, ഇന്നത്തെ തലമുറയ്ക്ക് പുതിയ അറിവാകാം. അദ്ദേഹത്തെപ്പറ്റി, അദ്ദേഹത്തിന്റെ സമഗ്രസംഭാവനകളെപ്പറ്റി പ്രതിപാദിക്കുന്ന മെച്ചമെന്നു പറയാവുന്ന പുസ്തകങ്ങളൊന്നും ഇന്നേവരെ മലയാളത്തിൽ പ്രസിദ്ധീകരിക്കപ്പെട്ടിട്ടില്ല എന്നതും ദുഃഖകരം തന്നെ. മലയാളിയുടെ അഭിമാനം വാനോളം ഉയർത്തിപ്പിടിച്ച ശങ്കറിനോട് നാം കാണിച്ച ഈ അപരാധം മാപ്പർഹിക്കാത്തതാണ്. അതിനുള്ള എളിയ പ്രായശ്ചിത്തമാണ് ശങ്കറിന്റെ പ്രശസ്ത കാർട്ടൂണുകൾക്ക് ഏറെ ഊന്നൽ നൽകുന്ന ഈ പുസ്തകം.

ഡൽഹിയിലെ ചിൽഡ്രൻസ് ബുക്ക്ട്രസ്റ്റ് പ്രസിദ്ധീകരിച്ച *ശങ്കർ, Don't Spare Me Sankar, Life with Grandfather* എന്നീ ഇംഗ്ലീഷ് പുസ്തകങ്ങളാണ് ഇതിന്റെ രചനയ്ക്കായി പ്രധാനമായും ആശ്രയിച്ചിട്ടുള്ളത്. കൂട്ടത്തിൽ, *ശങ്കേഴ്സ് വീക്കിലി, മലയാള മനോരമ, ഇന്ത്യൻ എക്സ്പ്രസ്, കുങ്കുമം വാരിക* എന്നിവയിൽ പ്രസിദ്ധീകരിക്കപ്പെട്ടിട്ടുള്ള ലേഖനങ്ങളും.

ശങ്കറിന്റെ കാർട്ടൂണുകളും അത്യപൂർവ്വ ചിത്രങ്ങളും ഈ പുസ്തകത്തിൽ ചേർക്കാൻ അനുവാദം തരികയും എന്നെ പ്രോത്സാഹിപ്പിക്കുകയും ചെയ്ത ശങ്കറിന്റെ മകൻ ശ്രീ രവിശങ്കറിനോട് എനിക്കുള്ള സ്നേഹാദരങ്ങൾ അറിയിക്കുന്നു. ശങ്കറിന്റെ ശിഷ്യനും പ്രശസ്ത കാർട്ടൂണിസ്റ്റുമായ ശ്രീ യേശുദാസനോടും കാർട്ടൂണുകൾ ശേഖരിച്ചുതന്ന എഫ് എ സി റ്റി മാർക്കറ്റിംഗ് ഡയറക്ടർ ശ്രീ എ അശോകനോടും നന്ദിപറയാൻ എനിക്കു വാക്കുകളില്ല.

ശങ്കർ എന്ന മഹാപ്രതിഭയുടെ, കേരളത്തിന്റെ പ്രിയ പുത്രന്റെ സ്മരണകൾക്ക് മുന്നിൽ ശിരസ്സുനമിച്ചുകൊണ്ട് ഈ പുസ്തകം ഭയഭക്തി ബഹുമാനത്തോടെ സഹൃദയസമക്ഷം സമർപ്പിക്കുന്നു.

പ്രേംജിത്ത്

അവതാരിക

ശങ്കരപ്പിള്ളച്ചേട്ടൻ ഓർമ്മയിലെ മഹാശക്തി

യേശുദാസൻ

ശങ്കറിനെ അറിയില്ലെങ്കിലും കുട്ടിക്കാലം മുതൽ എനിക്ക് *ശങ്കേഴ്സ് വീക്കിലി*യെ അടുത്തറിയാൻ കഴിഞ്ഞിരുന്നു. വളരെ അപൂർവ്വമായി മാത്രം ചില ബുക്ക് സ്റ്റാളുകളിൽ ലഭിക്കാറുണ്ടായിരുന്ന ഈ പ്രിയപ്പെട്ട കാർട്ടൂൺ പ്രസിദ്ധീകരണം കൈമാറാൻ ആഗ്രഹിക്കാത്തതുകൊണ്ട് അക്കാലത്ത് ബാഗിലും കക്ഷത്തിലും മാത്രമായി പലരും ഒതുക്കിക്കൊണ്ട് നടന്നിരുന്നു.

ശങ്കറിന്റെ കായംകുളത്തെ ജന്മഗൃഹത്തിന് ഏറെ അകലെയല്ലായിരുന്നു എന്റെ വീടെങ്കിലും ഞാൻ ആദ്യമായി *ശങ്കേഴ്സ് വീക്കിലി* കാണുന്നത് എറണാകുളത്തുവെച്ചാണ്. ആലുവ യു സി കോളേജിൽ പഠിക്കുന്ന എന്റെ ഒരു ബന്ധു (മാവേലിക്കര ഭരണിക്കാവ് ആലുമ്മൂട്ടിലെ മാത്യു) *ശങ്കേഴ്സ് വീക്കിലി*യും ചുരുട്ടിപ്പിടിച്ച് തൃക്കാക്കരയിലെ ഞങ്ങളുടെ വാടകവീട്ടിലേക്ക് അവധി ദിവസങ്ങളിൽ

വരും. ആ വിലപ്പെട്ട പ്രസിദ്ധീകരണം ഒന്ന് ഓടിച്ചു നോക്കാനായി എനിക്ക് കാണാൻ തരും. നെഹ്രുവിനും മൊറാർജിക്കും ,ജഗ്ജീവൻറാമിനും സുചേതാ കൃപലാനിക്കും സരോജിനി നായിഡുവിനും വി കെ കൃഷ്ണമേനോനും സർദാർ പട്ടേലിനും അബ്ദുൽകലാം ആസാദിനും സി രാജഗോപാലാചാരിക്കും ലാൽബഹദൂർ ശാസ്ത്രിക്കും ഗുൽസാരിലാൽ നന്ദയ്ക്കും വിജയലക്ഷ്മി പണ്ഡിറ്റിനും നമ്മൾ കാണുന്ന അന്നത്തെ ബ്ലാക്ക് ആന്റ് വൈറ്റ് ഫോട്ടോയിൽ നിന്നും വ്യതിചലിച്ച് നമ്മെ ചിരിപ്പിക്കാൻ കഴിയുന്ന വികൃതമായ മുഖങ്ങൾ കൂടിയുണ്ടെന്ന് *ശങ്കേഴ്സ് വീക്കിലി*യുടെ പേജുകൾ മറിച്ചു നോക്കുമ്പോൾ മാത്രമാണ് മനസ്സിലാക്കാൻ കഴിയുന്നത്. എന്റെ ബന്ധു കാർട്ടൂൺ വരയ്ക്കുമായിരുന്നു. പലതും എന്നെ വരച്ചുകാണിക്കുമായിരുന്നു. കാർട്ടൂൺ പഠനം നടത്തിയിട്ടില്ലെങ്കിലും പെൻസിലും ബ്രഷും വേഗത്തിൽ കടലാസിലൂടെ ഓടിക്കുന്നത് കണ്ട് ഞാൻ അത്ഭുതത്തോടെ നോക്കിയിരിക്കുമായിരുന്നു. *ശങ്കേഴ്സ് വീക്കിലി* നോക്കി നെഹ്റു തുടങ്ങി പലരുടേയും മുഖങ്ങൾ പകർത്താൻ ഞാൻ ശ്രമിച്ചുനോക്കി. നെഹ്റുവിന്റെ തൊപ്പി ശരിയാകുക, മൂക്ക് ശരിയാകാതിരിക്കുക, സി രാജഗോപാലാചാരിയുടെ മൂക്ക് ശരി, കഷണ്ടി തെറ്റി, പന്തിന്റെ മീശ തെറ്റി, ചെവി തെറ്റി... ഇങ്ങനെ പോയി എന്റെ വരകൾ.

എറണാകുളത്തു നിന്ന് 1950-ൽ മാവേലിക്കര ഭരണിക്കാവിൽ മടങ്ങിയെത്തിയ ശേഷവും *ശങ്കേഴ്സ് വീക്കിലി* കാണാൻ കൊതിക്കുമായിരുന്നു. വളരെ അപൂർവ്വമായി മാത്രമേ അത് കയ്യിൽ എത്താറുണ്ടായിരുന്നുള്ളൂ. എന്നാൽ അദ്ദേഹം എന്റെ വീടിന് സമീപമുള്ള കായംകുളം സ്വദേശിയാണെന്നും ഇന്ത്യൻ പ്രധാനമന്ത്രി നെഹ്റുവിന്റെ ഉറ്റ സുഹൃത്താണെന്നും മലയാളികളെ ശങ്കറിന് ഏറെ ഇഷ്ടമാണെന്നും അദ്ദേഹത്തിന്റെ സ്ഥാപനത്തിൽ ജോലി നൽകുന്നത് കൂടുതലും മലയാളികൾക്ക് ആണെന്നും എനിക്ക് അറിയാൻ കഴിഞ്ഞത് പിന്നെയും കുറെ നാളുകൾക്കുശേഷം മാത്രമായിരുന്നു.

1963-ൽ ആണ് ഞാൻ ശങ്കറിനെ കണ്ടുമുട്ടുന്നതും *ശങ്കേഴ്സ് വീക്കിലി*യിൽ കാർട്ടൂണിസ്റ്റായി ജോലിയിൽ പ്രവേശിക്കുന്നതും. 1963-ൽ ഞാൻ കണ്ടുമുട്ടുന്ന ശങ്കറിനേക്കാൾ എനിക്കിഷ്ടം 1963-ന് മുമ്പുള്ള ശങ്കറിനെയാണ്. അക്കാലത്ത് ഡൽഹിയിൽ പോയി നാട്ടിൽ മടങ്ങി എത്തുന്നവരും തിരുക്കൊച്ചിയിൽ നിന്നുള്ള പാർലമെന്റംഗങ്ങളും ഡൽഹി സന്ദർശനത്തിനായി പോയിവരുന്ന സാംസ്കാരിക-സാഹിത്യ രംഗത്തെ പ്രമുഖരും ഞാൻ കണ്ടിട്ടി

ല്ലാത്ത ശങ്കറിനെപ്പറ്റി വിവരിച്ച് കേൾപ്പിച്ചിരുന്നത് ഓർത്താൽ ഇന്നും രോമാഞ്ചം വരും. തിങ്കൾ, ചൊവ്വ, ബുധൻ ദിവസങ്ങളിൽ *ശങ്കേഴ്സ് വീക്കിലി*യിലെത്തി അദ്ദേഹത്തിന്റെ മുറിയിൽ കയറി കതക് അടച്ച് കുറ്റിയിട്ട് ഇരുന്നശേഷമാണ് കാർട്ടൂണുകൾ സൃഷ്ടിക്കുന്നത്, ആരും മുറിയിൽ കയറി ചെല്ലുന്നത് ഇഷ്ടമല്ല, ഒരു ചെറിയ ബോർഡിൽ ഡ്രോയിംഗ് പേപ്പർ പതിച്ച് അത് കയ്യിൽ പിടിച്ച് മുറിയിൽ അങ്ങോട്ടുമിങ്ങോട്ടും നടന്നുകൊണ്ടാണ് വരയ്ക്കുന്നത്, നെഹ്റു എല്ലാ ദിവസവും *ശങ്കേഴ്സ് വീക്കിലി*യിൽ സുഹൃത്തിനോട് കുശലം പറയാൻ എത്തുമായിരുന്നു, എപ്പോഴും ഫുൾസ്യൂട്ട് വേഷം, വൈകുന്നേരമായാൽ ആള് ഫ്യൂസായി വശംകെടും. കാർട്ടൂൺ വരച്ച കടലാസിലെ പെൻസിൽ വരകൾ മായിച്ചുകളയുന്നത് അദ്ദേഹത്തിന്റെ സ്റ്റാഫിലെ പെൺകുട്ടികൾ. പാലാണ് കുടിക്കുക. ഇടനേരങ്ങളിൽ നാട്ടിൽ നിന്നു കൊണ്ടു വരുന്ന കശുമാങ്ങ. മലയാളികളെ കണ്ടാൽ തിരിഞ്ഞുനോക്കില്ല– അങ്ങനെ പലതരത്തിലുള്ള കഥകൾ നാട്ടിൽ വെച്ച് എന്റെ ചെവിയിലും എത്തുകയുണ്ടായി.

1963–ൽ ഒ വി വിജയൻ രാജിവെച്ച ഒഴിവിലാണ് ഞാൻ *ശങ്കേഴ്സ് വീക്കിലി*യിൽ ചേരുന്നത്. ആദ്യ കൂടിക്കാഴ്ച ഞാൻ ഇപ്പോഴും ഓർക്കുന്നു. കമ്യൂണിസ്റ്റ് പാർട്ടിയുടെ മുഖപത്രമായ *ജനയുഗ*ത്തിൽ ഞാൻ വരച്ച കാർട്ടൂണുകളിലേക്കും മൂക്കിന് താഴെയുള്ള എന്റെ പൊടിമീശയിലേക്കും ശങ്കർ മാറിമാറി നോക്കി. എന്നോട് എന്തോ ചോദിക്കാനായി തല ഉയർത്തി. "താൻ കമ്യൂണിസ്റ്റുകാരുടെ പത്രത്തിൽ നിന്ന് വരികയാണല്ലേ? അവിടെ നിന്നായതുകൊണ്ട് വലിയ കൊമ്പൻ മീശയായിരിക്കുമെന്ന് ഞാൻ വിചാരിച്ചു". അദ്ദേഹത്തിന്റെ കമന്റ് കേട്ട് എന്റെ മൂക്കിന് താഴെയുള്ള മൂന്നോ നാലോ രോമങ്ങൾ കൂടുതൽ തളർന്നു – അങ്ങനെ *ജനയുഗ*ത്തിലെ കാർട്ടൂൺ വഴി, എന്റെ ഇല്ലാത്ത മീശ വഴി ഞാൻ *ശങ്കേഴ്സ് വീക്കിലി*യുടെ കാർട്ടൂണിസ്റ്റായി.

1963 മുതൽ 1969 വരെ ആറുവർഷകാലം അവിടെ ജോലി ചെയ്യുമ്പോഴാണ് ഒരു കാര്യം ഞാൻ മനസ്സിലാക്കിയത്. ശങ്കറിനെപ്പററി നമ്മൾ വഴിയാത്രക്കാരിൽ നിന്നും പറഞ്ഞു കേട്ടതൊന്നും നേരല്ല – അദ്ദേഹം മുറിപൂട്ടിയിരുന്ന് വരയ്ക്കാറില്ല. സന്ദർശകരെ വിരട്ടി ഓടിക്കാറില്ല. ചെറിയ ഡ്രോയിംഗ് ബോർഡ് കയ്യിൽ തൂക്കി മുറിയിൽ അങ്ങോട്ടുമിങ്ങോട്ടും നടന്ന് വരയ്ക്കാറേയില്ല. നെഹ്റു *ശങ്കേഴ്സ് വീക്കിലി* സന്ദർശിക്കാറില്ല. വൈകിട്ട് പൂസായി കമഴ്ന്ന് വീഴാറില്ല. പാലിനോട് പ്രിയമില്ല. ഡ്രോയിംഗ് പേപ്പറിലെ പെൻസിൽ വര

മായ്ക്കാൻ പെൺകുട്ടികളെ നിയോഗിക്കാറില്ല. കശുമാങ്ങാ തൊടാറില്ല. നാട്ടിലെ ചുട്ടുതല്ലിയ കശുഅണ്ടി പരിപ്പ് കഴിക്കുന്നു, മലയാളികളെ കണ്ടാൽ കടുത്ത സ്നേഹം, ലളിതമായ വേഷം, വീട്ടിൽ നേരിയ വരകളോടുകൂടിയ വെള്ളനിറമുള്ള കൈലി. ഇതെല്ലാമാണ് സത്യം. ശങ്കറിനെ ചുറ്റിപ്പറ്റിയുള്ള കഥകൾ നെയ്തെടുക്കുന്നത് ഇന്ന് സിനിമാക്കാരുടേതുപോലെ ആ കാലത്ത് വലിയൊരു വിനോദമായിരുന്നു. ഡൽഹിയാത്ര കഴിഞ്ഞ് മടങ്ങി വരുന്നവരെല്ലാം ഇന്ത്യാ ഗേറ്റിനെപ്പറ്റിയും കുത്തബ്മിനാറിനെപ്പറ്റിയും റെഡ്ഫോർട്ടിനെപ്പറ്റിയും പറയുന്നതിനോടൊപ്പം ശങ്കറിനെപ്പറ്റിയും വിവരിക്കുന്നെന്നു മാത്രം.

ഡ്രോയിംഗ് ബോർഡിന് സമീപത്തെ കസേരയിലിരുന്ന് വലിയ ഡ്രോയിംഗ് ബോർഡിൽ വലിയ ഡ്രോയിംഗ് പേപ്പർ പിൻ ചെയ്തുവെച്ച് ആദ്യം പെൻസിൽ കൊണ്ടും പിന്നെ ബ്രഷ് കൊണ്ടും വൻവേഗത്തിൽ വരയ്ക്കുകയും, കാർട്ടൂണിലെ രാഷ്ട്രീയ നേതാക്കന്മാരുടെ മുഖത്തെ ഭാവഭേദങ്ങൾക്കനുസരിച്ച് ചിരിക്കുകയും കരയുകയും അത്ഭുതപ്പെടുത്തുകയും പല്ലുകടിക്കുകയും വരച്ചത് ഇഷ്ടപ്പെടാതെ വന്നാൽ കടലാസ് വലിച്ചു കീറികളഞ്ഞ് മറ്റൊരു കടലാസ് പിൻ ചെയ്ത് വീണ്ടും അതിവേഗത്തിൽ വരയ്ക്കുകയും ചെയ്യുന്ന ശങ്കരപ്പിള്ളചേട്ടൻ ഇന്ന് ഓർമ്മയിലെ ഒരു മഹാശക്തിയായി മാറുന്നു - നവരസങ്ങൾക്ക് നവകാർട്ടൂൺ രസങ്ങൾ പകർന്നുകൊടുത്ത കാർട്ടൂണിസ്റ്റുകളുടെ കുലഗുരു.

*ശങ്കേഴ്സ് വീക്കിലി*യിൽ ഇന്ത്യൻ പ്രധാനമന്ത്രി വരുന്നതു കാണാൻ കണ്ണിൽ ശുദ്ധമായ എണ്ണയുമൊഴിച്ച് ആദ്യനാളുകൾ ഞാൻ കാത്തിരുന്നു. ഒരു വലിയ മുറി രണ്ടായി തിരിച്ച് അതിൽ ഒരു ഭാഗത്താണ് ഞാൻ ഇരുന്നിരുന്നത്. അതിലൂടെ നെഹ്റു കയറി വരികയാണെങ്കിൽ കതക് തുറന്ന് ആദ്യം കാണുന്നത് എന്നെ ആയിരിക്കും. "ഹേ ബോഠാ, ശങ്കർ അന്തർ ഹൈ?" എന്ന് പണ്ഡിറ്റ്ജി എന്നോട് ചോദിക്കുന്ന ആ സ്വപ്നം കണ്ട് കുറെ ദിവസങ്ങൾ ഞാൻ കഴിഞ്ഞുകൂടി. പിന്നീടുള്ള ദിവസങ്ങളിലെ നീണ്ട കാത്തിരിപ്പിനുശേഷമാണ് നെഹ്റുപോയിട്ട് അദ്ദേഹത്തിന്റെ പൊടിപോലും ആ വഴി കടന്നു വരാറില്ലെന്ന് മനസ്സിലാക്കിയത്. എന്നാൽ നെഹ്റു എല്ലാദിവസവും ശങ്കറിനെ ഫോണിൽ ബന്ധപ്പെടുമായിരുന്നു. കാർട്ടൂണിലെ ആശയങ്ങൾക്ക് മുമ്പിൽ തർക്കിക്കുമായിരുന്നു, മല്ലടിക്കുമായിരുന്നു. പരസ്പരം പരിഹസിക്കുമായിരുന്നു. വൈകുന്നേരങ്ങളിൽ സൗകര്യം കിട്ടിയാൽ ഡൽഹിയിലെ പുരാണകിലാ റോഡിലെ ഒൻപതാം നമ്പർ ഭവനത്തിൽ നെഹ്റു കടന്നുചെല്ലാൻ ശ്രമിക്കുമായിരുന്നു.

1963–ൽ ഫരീദാബാദിൽ നടന്ന സമ്മേളനത്തിലായിരുന്നു ഡെമോക്രാറ്റിക് സോഷ്യലിസത്തെപ്പറ്റിയുള്ള ആദ്യത്തെ പ്രമേയം അവതരിപ്പിക്കുന്നത്. (അവിടെ വെച്ചാണ് ലീലാദാമോദര മേനോന്റെ പഴ്സും ബാഗും മറ്റും മോഷണം പോകുന്നത്. ഫരീദാബാദിൽ വച്ചാണ് പിന്നീട് കേന്ദ്രമന്ത്രിയായി തീർന്ന എ സി ജോർജ്ജ് നിലത്ത് കുത്തിയിരുന്ന് ഉരുണ്ട തലയിണകളിൽ നേതാക്കന്മാർ ചാഞ്ഞിരിക്കുന്നതിനെ വിമർശിച്ചത്). എ ഐ സി സി സമ്മേളനം കഴിഞ്ഞ് അടുത്ത ആഴ്ച ഇറങ്ങിയ *ശങ്കേഴ്സ് വീക്കിലി*യുടെ മുഖ ചിത്രത്തിന്റെ പ്രമേയം ഡെമോക്രാറ്റിക് സോഷ്യലിസം ആയിരുന്നു. ഒരു ചതുരക്കട്ടയാകുന്ന ഡെമോക്രസിയുടെ ചതുരദ്വാരത്തിലൂടെ സോഷ്യലിസമാകുന്ന ഒരു ഉരുണ്ടഗോളം പ്രധാനമന്ത്രി നെഹ്റു തള്ളികടത്തിവിടാൻ ശ്രമിക്കുന്നതായിട്ടാണ് ശങ്കർ വരച്ച കാർട്ടൂൺ. നെഹ്റുവിന്റെ തള്ളലിന് ശക്തി പകരാനായി അന്നത്തെ പ്രമുഖ കോൺഗ്രസ്സ് നേതാക്കളും കേന്ദ്രമന്ത്രിമാരും ഒരു കൈത്താങ്ങ് എന്ന സ്ഥിതിയിൽ നെഹ്റുവിന്റെ പൃഷ്ടത്തിൽ പിടിച്ച് തള്ളിക്കൊടുക്കുന്ന രംഗം– നെഹ്റുവിനെന്നല്ല മകൾക്കോ കൊച്ചുമകൾക്കോ പോലും ഈ ഹാസ്യചിത്രം കണ്ടാൽ ഇഷ്ടപ്പെടില്ല. *ശങ്കേഴ്സ് വീക്കിലി* രാവിലെ പുറത്തിറങ്ങി. അല്പനിമിഷങ്ങൾക്ക് ശേഷം ശങ്കറിന്റെ മുറിയിലെ ഫോൺ ബെല്ലടിക്കുന്നു. വിളിച്ചയാളും ശങ്കറും തമ്മിൽ ഫോണിലൂടെ തർക്കിക്കുന്നത് ഇപ്പുറത്തിരിക്കുന്ന എനിക്ക് കേൾക്കാം. വിളിക്കുന്ന ആളിനെ "പണ്ഡിറ്റ്ജി"യെന്ന് സംബോധന ചെയ്യുന്നത് കേട്ടാൽ ഫോണിലെ അപ്പുറത്തെ ആൾ നെഹ്റുവാണെന്ന് മനസ്സിലാക്കുക. കരുണാകരനെ ലീഡർ എന്നും ഇ എം എസ്സിനെ ഇ എം എന്നും ഉമ്മൻചാണ്ടിയെ കുഞ്ഞൂഞ്ഞ് എന്നും വിളിക്കുന്നതുപോലെ നെഹ്റുവിനെ ശങ്കർ പണ്ഡിറ്റ്ജി എന്നു വിളിച്ചുപോന്നു.

ഫോണിലൂടെയുള്ള ഇവരുടെ തർക്കം അവസാനിപ്പിക്കുന്ന മട്ട് കണ്ടില്ല. ശങ്കർ പറയുന്നതിനെ തട്ടിയെറിഞ്ഞ് നെഹ്റു ഇങ്ങോട്ട് പറയുന്നതെന്തെല്ലാമാണെന്ന് കേൾക്കാനും കഴിയുന്നില്ല. ആ ഘട്ടത്തിൽ ശങ്കർ നെഹ്റുവിനോട് ചോദിക്കുന്നു. "അങ്ങനാണേൽ പണ്ഡിറ്റ്ജി, ഞാൻ കോൺഗ്രസ്സിൽ ചേരട്ടേ?" അതിനുള്ള മറുപടി നെഹ്റു അപ്പുറത്ത് നിന്ന് പറയുന്നു. അത് കേട്ട് ശങ്കർ ഉള്ളുതുറന്ന് ചിരിക്കുന്നു.

ശങ്കറിനെ ചിരിപ്പിച്ച നെഹ്റുവിന്റെ മറുപടി എന്താണെന്ന് കേൾക്കാനായില്ലല്ലോ എന്ന നൊമ്പരത്തിലായി ഞാൻ. അൽപ്പം

കഴിഞ്ഞപ്പോൾ അകത്തെ മുറിയിൽ നിന്ന് ശങ്കർ എന്റെ മുറിയിലേക്ക് കടന്നുവന്നു. അദ്ദേഹം ഉറക്കെ ചിരിച്ചു. അതിനുശേഷം എന്നോട് പറഞ്ഞു. "ഈ ആഴ്ചത്തെ ഡെമോക്രാറ്റിക് സോഷ്യലിസത്തെപ്പറ്റിയുള്ള കാർട്ടൂൺ കണ്ട് പണ്ഡിറ്റ്ജി കോപിച്ചിരിക്കുകയാ. കോൺഗ്രസ്സുകാരെ ഇത്രമാത്രം നോവിക്കുന്ന കാർട്ടൂൺ പാടില്ലായിരുന്നു. ഞാൻ പണ്ഡിറ്റ്ജിയോട് ചോദിച്ചെടോ, ഞാൻ കോൺഗ്രസ്സിൽ ചേരണോയെന്ന്. അപ്പോൾ പണ്ഡിറ്റ്ജി അല്പനേരം മിണ്ടിയില്ല. അതിനുശേഷം അദ്ദേഹം എന്നോട് പറഞ്ഞു. അതുവേണ്ട. താങ്കൾ കോൺഗ്രസ്സിൽ ചേരണ്ട. അപ്പോൾ നിങ്ങൾ കാർട്ടൂണിസ്റ്റല്ല." അതോർത്തോർത്ത് ശങ്കറിന് വീണ്ടും ചിരി.

പച്ചയായി പറഞ്ഞാൽ കാർട്ടൂണിസ്റ്റുകൾക്ക് രാഷ്ട്രീയം പാടില്ലെന്നാണ് നെഹ്റു പറഞ്ഞു വെച്ചത്. പക്ഷേ, രാഷ്ട്രീയമില്ലാത്ത കാർട്ടൂണിസ്റ്റുകൾ ഇന്നെവിടെയുണ്ട്? ഒരാളെയെങ്കിലും നമുക്ക് പിടിച്ച് മുമ്പോട്ട് കൊണ്ടുവരാനാകുമോ? എല്ലാ കാർട്ടൂണിസ്റ്റുകൾക്കും രാഷ്ട്രീയമുണ്ട് എന്നു പറയുന്നതാകും ഭംഗി. അത് പത്രത്തിന്റെ രാഷ്ട്രീയം, പത്രാധിപരുടെ രാഷ്ട്രീയം, പാർട്ടി പറഞ്ഞാൽ ബ്രഷ് മാത്രമല്ല കത്തി എടുക്കാനും നമ്മൾ കാർട്ടൂണിസ്റ്റുകൾ തയ്യാറാകുന്നു.

മലയാളികളെ ശങ്കറിന് ഏറെ പ്രിയമാണ്. അദ്ദേഹത്തിന്റെ സ്ഥാപനങ്ങളിലെല്ലാം വിവിധ ഭാഷക്കാരുണ്ടായിരുന്നെങ്കിലും മുൻതൂക്കം മലയാളികൾക്കായിരുന്നു. ഓഫീസിലെ ഔദ്യോഗിക ഭാഷ മലയാളമായിരുന്നു എന്നുതന്നെ പറയാം.

മലയാളികളായ നമ്മൾ മലയാളക്കരയുടെ പ്രിയപുത്രനായ ശങ്കരപ്പിള്ളച്ചേട്ടനെ ചില്ലറ ചില്ലറയായി മറക്കാൻ ശ്രമിക്കുമ്പോൾ മലയാളികളെ അളവറ്റ് സ്നേഹിച്ച മഹാനായ കലാകാരനായിരുന്നു ശങ്കർ എന്ന കാര്യം നമ്മൾ മറക്കാതിരിക്കുക.

എന്റെ ചിരകാല സുഹൃത്തായ പ്രേംജിത്തിന്റെ കാർട്ടൂണിസ്റ്റ് ശങ്കറിനെപ്പറ്റിയുള്ള പുസ്തകം പുറത്തിറക്കാൻ പോകുന്നു എന്ന വാർത്ത ഏറെ ആഹ്ലാദത്തോടുകൂടിയാണ് ഞാൻ ചെവിക്കൊണ്ടത്. കാരണം ശങ്കറിനെ കടന്നാക്രമിച്ചുകൊണ്ടുള്ള ചില സുഹൃത്തുക്കളുടെയും ചില ശിഷ്യന്മാരുടെയും ചില തീൻമേശ സുഹൃത്തുക്കളുടെയും പ്രസ്താവനകൾക്കിടയിൽ പ്രത്യേക്ഷപ്പെടുന്ന പ്രേംജിത്തിന്റെ ഈ ശങ്കർഗ്രന്ഥം അവർക്ക് ഒരു മറുപടിയാകട്ടെ എന്ന് ആഗ്രഹിക്കുന്നു.

കൊച്ചി
2.04.2008

1

ഇല്ലിക്കുളത്തെ ശങ്കരൻ

മധ്യതിരുവിതാംകൂറിലെ ഓണാട്ടുകരയിലാണ് കായംകുളം എന്ന കൊച്ചുപട്ടണം. കാവും കുളങ്ങളും തെങ്ങിൻതോപ്പുകളും മുളങ്കാടും കണ്ണെത്താ ദൂരത്തു പരന്നു കിടക്കുന്ന പച്ച വിരിപ്പിട്ട നെൽപ്പാടങ്ങളുമുള്ള അതിമനോഹരമായ കായംകുളം, വളരെ പ്രശസ്തമായ വാണിജ്യകേന്ദ്രം കൂടിയാണ്.

കായംകുളത്തു നിന്നും പുനലൂർ പോകുന്ന റോഡിൽ ആറേഴുഫർലോംഗ് കിഴക്ക് ചെന്നാൽ, തെക്കോട്ട് ഒരു ഇടവഴി. ഇല്ലിക്കുളം തറവാടിന്റെ പടിപ്പുരയിലാണ് ഈ വഴി അവസാനിക്കുന്നത്.

നിറയെ മാവും പൂവരിശും വാഴക്കൂട്ടങ്ങളുമുള്ള വിശാലമായ പറമ്പിന്റെ ഒത്ത നടുവിൽ തലയെടുത്തു നിൽക്കുന്ന ഇല്ലിക്കുളം തറവാട്. വർഷാവർഷം കെട്ടിമേയാൻ രണ്ടായിരത്തിലേറെ ഓല വേണ്ടിവരുന്ന എട്ടുകെട്ടും ചാവടിയും. നെല്ലും തേങ്ങായും വലിയ തൊഴുത്തിൽ ഒത്തിരി പശുക്കളുമുള്ള മുന്തിയ നായർ തറവാട്. കൂട്ടുകുടുംബവ്യവസ്ഥയും മരുമക്കത്തായവും നിലനിന്നിരുന്ന കാലമായിരുന്നെങ്കിലും, ഇല്ലിക്കുളത്ത് അംഗസംഖ്യകുറവായിരുന്നു. നേർത്ത വരകളിലൂടെ ചിരിയും ചിന്തയും വിരിയിച്ച് ലോകപ്രശസ്തനായിത്തീർന്ന കാർട്ടൂണിസ്റ്റ് ശങ്കർ എന്ന കേശവൻ ശങ്കരപ്പിള്ള ജനിച്ചത് ചിരപുരാതനമായ ഈ തറവാട്ടിലാണ്. 1902 ജൂലൈ മുപ്പത്തിഒന്നിന് പിറന്ന കുഞ്ഞിന് ശങ്കരൻ എന്നുപേരിട്ടത്

കൊച്ചുശങ്കരനും വല്ല്യച്ഛനും – ശങ്കർ വരച്ചത്

വല്ല്യച്ഛനും വല്ല്യമ്മയും ചേർന്നാണ്. അവർ കാശിയിൽപോയി തിരിച്ചെത്തിയപ്പോഴായിരുന്നു അവന്റെ ജനനം. കാശിവിശ്വനാഥന്റെ ഓർമ്മയ്ക്കായിട്ടാണ് ശങ്കരൻ എന്ന പേര്.

നന്നേ ചെറുപ്പത്തിൽ ശങ്കരന് അമ്മ നഷ്ടപ്പെട്ടു. അച്ഛൻ കേശവപിള്ള മറ്റൊരു കല്യാണം കഴിച്ച് തറവാടു വിട്ടു പോകുകയും ചെയ്തു. സദാ ഗൗരവക്കാരനും മുൻശുണ്ഠിയുമായിരുന്ന തറവാട്ടുകാരണവർ വല്യച്ഛന്റേയും വല്യമ്മയുടേയും സംരക്ഷണത്തിലാണ് അവൻ വളർന്നത്. അച്ഛനമ്മമാരുടെ ലാളനയേൽക്കാതെ വളർന്ന അവന്റെ ബാല്യകൗമാരങ്ങൾ സന്തോഷത്തിമിർപ്പുകളുടേതായിരുന്നില്ല.

മഹാവികൃതിയായിരുന്ന ശങ്കരന്റെ പ്രധാന വിനോദം സർപ്പക്കാവിലും പച്ചപുൽപ്പടർപ്പിലും വയൽവരമ്പിലും നീർച്ചാലുകളിലുമുള്ള ചുറ്റിക്കളിയായിരുന്നു. തൊട്ടു പിന്നാലെ നിഴൽപോലെ വല്യമ്മയുമുണ്ടാകും. കണ്ണുതെറ്റിയാൽ അവനെന്തെങ്കിലും കുരുക്കൊപ്പിക്കുമെന്ന് അവർക്കറിയാം. കൂട്ടിലടച്ച കിളിയെപ്പോലെ ഏകനായിരുന്ന അവന് കീരിയും അണ്ണാനും ചിത്രശലഭങ്ങളും കുസൃതികാട്ടിപ്പായുന്ന കുറുക്കനും ഒക്കെയായിരുന്നു കളിക്കൂട്ടുകാർ.

പത്തായപ്പുരയുടെ വെള്ളപൂശിയ ചുവരുകളിൽ പച്ചിലയും കരിക്കഷണങ്ങളും കൊണ്ട് തുറിച്ചു നോക്കി തന്നെ പേടിപ്പെടുത്തുന്ന വല്യച്ഛന്റേയും വേലക്കാരി ചിരുതയുടേയും സ്നേഹനിധിയായ അമ്മാവന്റെയും വിവിധ പോസിലുള്ള "കാരിക്കേച്ചറുകൾ" അവൻ കോറിയിട്ടു. കൈ എത്തുന്ന സ്ഥലമൊന്നും ബാക്കിവെച്ചില്ല. പിൽക്കാലത്ത് ഇന്ത്യൻ രാഷ്ട്രീയത്തിന്റെ ചുവരെഴുത്തുകാരനായി മാറിയ കാർട്ടൂണിസ്റ്റ് ശങ്കറിന്റെ ആദ്യകാലസൃഷ്ടികളായിരുന്നു അവയൊക്കെ.

ഒരിക്കൽ തീരെ അപ്രതീക്ഷിതമായി ശങ്കരന്റെ മുറിയിൽ വല്യച്ഛൻ പ്രത്യക്ഷപ്പെട്ടു. പാഠപുസ്തകത്തിലെ കടലാസുകൾ ഓരോന്നായി കീറിയെടുത്ത് അതിൽ പടം വരച്ചു രസിക്കുകയായിരുന്നു അവൻ. ഭിത്തിനിറയെ വികൃതരൂപങ്ങൾ. തറയിൽ ചിതറിക്കിടക്കുന്ന കരിക്കട്ട, കളർ പെൻസിൽ, വെറ്റമഷിത്തുണ്ടുകൾ...

വല്യച്ഛൻ കോപം കൊണ്ടു വിറച്ചു. എന്നാൽ വല്യമ്മ ഉടൻ ശങ്കരന്റെ രക്ഷക്കെത്തിയതു കാരണം അത്യാഹിതമൊന്നും സംഭവിച്ചില്ല. മേലിൽ ഇത്തരം തോന്ന്യാസം ആവർത്തിച്ചാൽ കൊന്നുകളയുമെന്നു മുന്നറിയിപ്പു നൽകി വല്യച്ഛൻ തൽക്കാലം പിൻവാങ്ങിയെങ്കിലും കയ്യിൽ കിട്ടിയതെല്ലാം കീറിയെറിഞ്ഞശേഷമേ അങ്ങേർക്ക് അരിശം കെട്ടടങ്ങിയുള്ളു.

വീട്ടിൽ നിന്നും കഷ്ടി ഒരു നാഴിക നടന്നാൽ മലയാളം പള്ളിക്കൂടമായി. ശങ്കരന്റെ പ്രാഥമിക വിദ്യാഭ്യാസം അവിടെയായിരുന്നു. വികൃതിയിലും സാമർത്ഥ്യത്തിലും ഒന്നാമനായിരുന്നതിനാൽ സ്കൂളിലെ ഹീറോ അവനായിരുന്നു.

കറുത്ത ഓവർക്കോട്ടും തലപ്പാവും ധരിച്ച് കയ്യിൽ ഒരു വലിയ ചൂരൽ വടിയുമായി റബ്ബർപന്തുരുളുംപോലെ ഉരുണ്ടുരുണ്ടു വരുന്ന കുടവയറൻ ഹെഡ്മാസ്റ്റർ കുട്ടികളുടെ പേടിസ്വപ്നമായിരുന്നു. വല്യച്ഛനെ നേരിൽ കാണുമ്പോഴൊക്കെ ശങ്കരനെപ്പറ്റിയുള്ള പരാതികളേ അദ്ദേഹത്തിനു പറയാനുണ്ടായിരുന്നുള്ളു.

കണക്കു ടീച്ചർ അവധിയിലായിരുന്നതിനാൽ കുടവയറൻ ഹെഡ്മാസ്റ്ററാണ് ഒരു ദിവസം പഠിപ്പിക്കാനെത്തിയത്. കുട്ടികളോട് ഒരു കണക്ക് ചെയ്യാൻ നിർദ്ദേശിച്ചശേഷം മേശപ്പുറത്തു കാലു കയറ്റിവച്ച് അദ്ദേഹം തൽക്ഷണം ഉറക്കവും തുടങ്ങി. കണക്കിനു പകരം കാലുയർത്തിവച്ച് കൂർക്കം വലിച്ചുറങ്ങുന്ന ഹെഡ്മാസ്റ്ററുടെ ചിത്രമാണ് ശങ്കരൻ തന്റെ ബുക്കിൽ വരച്ചുവെച്ചത്. ഇതുകണ്ട് അടുത്തിരുന്ന കുട്ടികൾക്ക് ചിരിപൊട്ടി. ചിരിയുടെ ശബ്ദം അല്പം ഉച്ചത്തിലായപ്പോൾ ഹെഡ്മാസ്റ്റർ പിടഞ്ഞെണീറ്റു. വിവരം തിരക്കി. പ്രശ്നക്കാരൻ ശങ്കരൻ തന്നെയെന്നു കണ്ടുപിടിക്കാൻ ഹെഡ്മാസ്റ്റർക്ക് അധികം മിനക്കെടേണ്ടി വന്നില്ല. അവനെ തൊണ്ടി സഹിതം പിടികൂടുകയും ചെയ്തു. ഹെഡ്മാസ്റ്ററെ കളിയാക്കി പടം വരച്ചതിനും ക്ലാസ് അലങ്കോലപ്പെടുത്തിയതിനും ശങ്കരൻ രണ്ടാഴ്ച സ്കൂളിന് പുറത്ത്.

ദേഷ്യം കൊണ്ടു ചുവന്നുതുടുത്ത മുഖവുമായാണ് അടുത്ത ദിവസം ഹെഡ്മാസ്റ്റർ ഇല്ലിക്കുളത്തെത്തിയത്. കാരണവരോടു പറഞ്ഞ് ശങ്കരന് ചുട്ട അടിവാങ്ങിക്കൊടുക്കണം – അതായിരുന്നു ലക്ഷ്യം.

എന്നാൽ അദ്ദേഹത്തിന്റെ പ്രതീക്ഷയ്ക്കു വിപരീതമായി കാരണവർ ആ ചിത്രം ആസ്വദിച്ച് പൊട്ടിച്ചിരിക്കുകയായിരുന്നു. ശങ്കരനെ അഭിനന്ദിക്കുകയായിരുന്നു. "ഇത്രയും ഗംഭീരമായി അവൻ വരയ്ക്കുമോ? വളരെ നന്നായിട്ടുണ്ട്." കാരണവർക്ക് അത്ഭുതവും തന്റെ പേരക്കുട്ടിയെപ്പറ്റി അല്പം അഭിമാനവും തോന്നി.

ശ്രമം ഫലിക്കുന്നില്ലെന്നു മനസ്സിലാക്കി ഹെഡ്മാസ്റ്റർ പ്ലേറ്റു തിരിച്ചുവച്ചു.

"പടം കൊള്ളാം. ചിത്രമെഴുത്തിൽ അവനു നല്ല ഭാവിയുണ്ട്. പക്ഷേ, പഠനത്തിലും അൽപ്പം ശ്രദ്ധവേണം."

വല്യമ്മകൊണ്ടുവെച്ച സംഭാരം രുചിച്ചുനോക്കാൻ പോലും മിനക്കെടാതെ ഹെഡ്മാസ്റ്റർ വളഞ്ഞ പിടിയുള്ള പഴയ കാലൻകുട തറയിൽ ആഞ്ഞുകുത്തി പടിയിറങ്ങി.

അല്പം ഭയപ്പാടോടെയാണെങ്കിലും, മുറ്റത്തെ അസ്ഥിപ്ലാവിന്റെ മറവിൽ ഒളിച്ചുനിന്ന് ഈ രംഗം ആസ്വദിച്ചു നിന്ന ശങ്കരന് ചിരിയടക്കാനായില്ല.

അവനു കിട്ടിയ ആദ്യത്തെ അംഗീകാരമായിരുന്നു അത്. ഒരു താന്തോന്നിപ്പയ്യന്റെ വികൃതി എന്നതല്ലാതെ വിശ്വവിഖ്യാതനാകാൻ പോകുന്ന ഒരു കാർട്ടൂണിസ്റ്റിന്റെ തിരുപ്പിറവിക്കാണ് തങ്ങൾ ദൃക്സാ

ശങ്കരൻ വരച്ച പടം നോക്കി രസിക്കുന്ന വല്ല്യച്ഛനും വല്ല്യമ്മയും അമ്മാവനും. തൊട്ടടുത്ത് കുടവയറൻ ഹെഡ്മാസ്റ്റർ (ശങ്കർ വരച്ചത്).

ക്ഷികളാകുന്നത് എന്ന് ആ അധ്യാപകനും കാരണവരും അന്നു ചിന്തിക്കാനിടയില്ല.

കുളിക്കാനും പാത്രം കഴുകാനും കൃഷി ആവശ്യങ്ങൾക്കും മറ്റുമായി അഞ്ചോ ആറോ കുളങ്ങൾ അന്ന് ഇല്ലിക്കുളം തറവാട്ടു വളപ്പിലുണ്ട്. അതിൽ ചില കുളങ്ങളിൽ ധാരാളം മത്സ്യങ്ങളും ഉണ്ടായിരുന്നു.

മഴ തിമിർത്തുപെയ്യുന്ന ഒരു ദിവസം, വീടിനു പിന്നിലെ കുളത്തിൽ ഒരു വലിയ ശബ്ദം കേട്ടിട്ടാണ് ശങ്കരൻ അവിടെ ഓടിയെത്തിയത്. അവൻ ഞെട്ടിവിറച്ചുപോയി. ഒരു തടിയൻ മുതല. കുളത്തിലെ മീനെല്ലാം മുതല തിന്നൊടുക്കുന്നു. സർവ്വശക്തിയും സംഭരിച്ച് മുതലയെ കല്ലെറിഞ്ഞ് ഓടിക്കാൻ ശ്രമിച്ചുനോക്കിയെങ്കിലും ഫലമുണ്ടായില്ല. എങ്ങനെയെങ്കിലും ആ ദുഷ്ടനെ വകവരുത്തണം എന്ന ചിന്തയായി. പക്ഷേ, എങ്ങനെ? ശങ്കരന് സങ്കടവും ദേഷ്യവും വന്നു.

മുതല സ്ഥിരമായി ഒരേ പാതയിൽ കൂടി സഞ്ചരിച്ചാണ് കുളത്തിലെത്തുന്നതെന്ന് ശങ്കരൻ കണ്ടുപിടിച്ചു. അടുത്തുള്ള വേലി

ശങ്കരൻ 'പിടിച്ച' മുതല – ശങ്കർ വരച്ചത്

യിലും പുൽപ്പടർപ്പിലും മുതല തെളിച്ചിട്ട വഴിത്താര വ്യക്തമായി കാണാമായിരുന്നു.

ശങ്കരൻ കന്നുകാലിത്തൊഴുത്തിൽ നിന്നും ഒരു വലിയ കയർ സംഘടിപ്പിച്ചു. അതിൽ കുരുക്കുണ്ടാക്കി വേലിയിൽ മുതല കടന്നുപൊയ്ക്കൊണ്ടിരുന്ന ദ്വാരത്തോടു ചേർത്തുവച്ചു. മറ്റേയറ്റം അടുത്തുള്ള തെങ്ങിൽ ബലമായി കെട്ടിവെച്ചു. അവന്റെ സൂത്രം ഫലിച്ചു. മുതല കെണിയിൽപ്പെടുക തന്നെ ചെയ്തു. കുറച്ചുനാളുകളായി നാട്ടിൽ ഭീതിപരത്തിക്കൊണ്ടിരുന്ന ആ ഭീമൻ മുതലയെ കുഞ്ഞു ശങ്കരൻ നിഷ്പ്രയാസം കുടുക്കിയ സംഭവം പരിസരവാസികളെ അത്ഭുതപ്പെടുത്തി. അവന്റെ ഈ ധീരകൃത്യം നേരിൽ കാണാൻ അധ്യാപകരും സഹപാഠികളുമടക്കം വൻ ജനാവലി അന്ന് ഇല്ലിക്കുളത്തു തടിച്ചുകൂടി. അവരെല്ലാം അവനെ മുക്തകണ്ഠം പ്രശംസിക്കുകയും ചെയ്തു.

പുഴയിലെ കുത്തൊഴുക്കിൽ മുങ്ങിത്താണുപോയ കുട്ടപ്പൻ എന്ന ചങ്ങാതിയെ സ്വന്തം ജീവൻ പോലും പണയം വച്ച് അതിസാഹസികമായി ശങ്കരൻ രക്ഷിച്ചതോടെ അവൻ നാട്ടുകാരുടെ കണ്ണിലുണ്ണിയായിത്തീർന്നു. മാവേലിക്കര സ്കൂളിൽ പഠിക്കുമ്പോഴായിരുന്നു ആ സംഭവം.

2

ശങ്കരപ്പിള്ള ശങ്കറാകുന്നു

കായംകുളത്തും മാവേലിക്കരയിലുമുള്ള സ്കൂൾ വിദ്യാഭ്യാസത്തിനു ശേഷം ശങ്കരപ്പിള്ള 1925–ൽ തിരുവനന്തപുരം മഹാരാജാസിൽ ചേർന്നു. എഴുത്തിലും വരയിലുമുള്ള അദ്ദേഹത്തിന്റെ സർഗ്ഗസിദ്ധി തെളിയിക്കാൻ പറ്റിയ വളക്കൂറുള്ള മണ്ണായിരുന്നു മഹാരാജാസിന്റേത്.

ശങ്കരപ്പിള്ള തന്നെ കളിയാക്കി വരച്ച ചിത്രവുമായി പ്രിൻസിപ്പലിനോടു പരാതി പറയാൻ ചെന്ന കെമിസ്ട്രി പ്രൊഫസർ ഇളിഭ്യനായിപ്പോയി. ശങ്കരപ്പിള്ള വരച്ച തന്റെ ചിത്രം പ്രിൻസിപ്പൽ പ്രൊഫസറെ എടുത്തു കാണിച്ചു വത്രേ!.

ശങ്കരപ്പിള്ള മഹാരാജാസിൽ പഠിക്കുന്ന കാലത്ത്

ഇല്ലിക്കുളത്തു ശങ്കരപ്പിള്ള എന്ന പേരിൽ *മലയാള രാജ്യം* പത്രത്തിൽ

കാർട്ടൂൺ വരച്ചു തുടങ്ങിയത് ഈ കാലത്താണ്. ഫിസ്ക്സിൽ ബി എ ബിരുദം നേടിയശേഷം തുടർന്നു പഠിക്കാൻ അദ്ദേഹം ബോംബെയിലേക്കാണ് പോയത്. പിന്നീട് നീണ്ട പ്രവാസത്തിന്റെ നാളുകളായിരുന്നു.

അൽപ്പം കുതിരപ്പന്തയവും ബിസ്സിനസ്സുമൊക്കെയായി, ഒറ്റയാനായി ബോംബെയിൽ കഴിഞ്ഞിരുന്ന അമ്മാവൻ മാധവൻ പിള്ളയുടെ സഹായത്തോടെ നിയമ പഠനം തുടങ്ങിവെച്ചെങ്കിലും ആ വിഷയത്തിന്റെ നൂലാമാലകളുമായി ഒട്ടും പൊരുത്തപ്പെടാനാവാതെ വന്നപ്പോൾ പഠനം ഇടയ്ക്കുവച്ചു നിർത്തി. പിന്നെ റെയിൽവേ ജീവനക്കാരന്റെ വേഷത്തിൽ യഥാർഥ ജീവിതത്തിലേക്ക്.

നരോത്തം ബാനർജിയുടെ ഉടമസ്ഥതയിലുള്ള സിന്ധ്യാഷിപ്പിംഗ് കമ്പനിയിൽ മാസം 100 രൂപ ശമ്പളത്തിൽ ക്ലാർക്കുദ്യോഗം. 1931–ൽ തിരുവനന്തപുരത്തുകാരി തങ്കവുമായുള്ള വിവാഹവും ബോംബെയിൽ സ്ഥിരതാമസവും.

മലയാള പത്രമാസികകൾക്കൊപ്പം അന്നത്തെ ഒന്നാംകിട ഇംഗ്ലീഷ് പത്രങ്ങളായ *ബോംബെ ക്രോണിക്കിൾ, ഫ്രീപ്രസ് ജേർണൽ* എന്നിവയിൽ കാർട്ടൂൺ വരച്ചുകൊണ്ട് ഇല്ലിക്കുളത്തു ശങ്കരപ്പിള്ള കാർട്ടൂണിസ്റ്റു ശങ്കറായി ജനമധ്യത്തിലെത്തുന്നത് ഈ കാലഘട്ടത്തിലാണ്. ബ്രിട്ടീഷ് ഭരണത്തിന്റെ ദൂഷിതനയങ്ങളെ വിമർശിച്ചുകൊണ്ടുള്ള അദ്ദേഹത്തിന്റെ കാർട്ടൂണുകൾ പത്രങ്ങളിൽ അതീവ പ്രാധാന്യത്തോടെ പ്രത്യക്ഷപ്പെട്ടു.

വിദേശികൾ നടത്തുന്ന ആനുകാലികങ്ങളിൽ ഇന്ത്യാക്കാരുടെ സൃഷ്ടികൾ അന്ന് പ്രസിദ്ധീകരിക്കാറില്ല. എന്നാൽ ബി ജി ഹോർണിമാൻ എന്ന ലണ്ടൻ സായിപ്പിന്റെ *വീക്കിലി ഹെറാൾഡിൽ* മുഖച്ചിത്രം വരച്ചിരുന്നത് ശങ്കറാണ്. ഒരിക്കൽ പ്രതിഫലമായി കിട്ടിയ പത്തുരൂപയുടെ ചെക്ക് ബാങ്ക് അക്കൗണ്ട് ഇല്ലാത്തതുകാരണം അദ്ദേഹത്തിന് മാറ്റിയെടുക്കാനുമായില്ല.

അങ്ങനെ, വരയും കുറിയും എഴുത്തും അൽപ്പസ്വൽപ്പം രാഷ്ട്രീയവുമൊക്കെയായി ബോംബെയിലെ കലാ–സാംസ്കാരിക രാഷ്ട്രീയ രംഗത്ത് ശങ്കർ എന്ന മലയാളി കാർട്ടൂണിസ്റ്റ് തന്റെ ബഹുമുഖ സാന്നിധ്യമറിയിച്ചു തുടങ്ങുകയായിരുന്നു. (ബോംബെ പെഡർ റോഡിലെ ശങ്കരപ്പിള്ള താമസിച്ച മുറിയിലാണ് ബ്രിട്ടീഷ് ഭരണത്തിനെതിരായ കോൺഗ്രസ്സ് പാർട്ടിയുടെ ലഘുലേഖകൾ രഹസ്യമായി പ്രിന്റ് ചെയ്തിരുന്നത്. ഇത് അധികമാർക്കും അറിഞ്ഞുകൂടാത്ത സത്യം.)

3

വൈസ്രോയിയുടെ മൂക്ക്

ആയിരത്തി തൊള്ളായിരത്തി മുപ്പത്തിരണ്ട്. ദേശീയ സമരത്തെ അടിച്ചമർത്തുകയും ഭാരതീയരെ ഒന്നടങ്കം ആജന്മശത്രുക്കളായി കാണുകയും ചെയ്ത വെല്ലിംഗ്ടൺ പ്രഭു എന്ന വൈസ്രോയിയുടെ ഭരണകാലം. സർക്കാരിനെ വിമർശിച്ചു വരയ്ക്കുകയോ എഴുതുകയോ ചെയ്യുന്നത് അന്ന് മാപ്പർഹിക്കാത്ത രാജ്യദ്രോഹക്കുറ്റമാണ്. കാരാഗൃഹവാസമോ നാടുകടത്തലോ ഉറപ്പ്. ഇക്കാരണംകൊണ്ടുതന്നെ മുള്ളും മുനയുമുള്ള രാഷ്ട്രീയ കാർട്ടൂണുകൾ മിക്കപത്രങ്ങളിലും പ്രത്യക്ഷപ്പെട്ടിരുന്നില്ല.

എന്നാൽ അധികാരിവർഗത്തിന്റെ ജനവിരുദ്ധ നടപടികളെ നിശിതമായി വിമർശിച്ചുകൊണ്ട് കാർട്ടൂൺ വരയ്ക്കാൻ ശങ്കർ അന്നും ധൈര്യം കാണിച്ചു.

ഒരു ദിവസം പത്രമാഫീസിൽ വൈസ്രോയിയുടെ അടിയന്തര സന്ദേശം – "ശങ്കർ വൈസ്രോയിയെ നേരിട്ടു വന്നു കാണുക." വിവരമറിഞ്ഞ് പത്രാധിപർക്കൊപ്പം ശങ്കറും ഞെട്ടി. ധൈര്യശാലിയായിരുന്നിട്ടുകൂടി ശങ്കറിന്റെ തൊണ്ട വരണ്ടു. കൈകാലുകൾ വിറച്ചു. അവസാനം രണ്ടും കൽപ്പിച്ച് കൊട്ടാരത്തിലെത്തിയ അദ്ദേഹത്തെ വൈസ്രോയി ഭാര്യാസമേതനായി വന്നു സ്വീകരിച്ച് തന്റെ സ്വകാര്യ മുറിയിലേക്കു കൂട്ടിക്കൊണ്ടുപോവുകയായിരുന്നു. അങ്ങോർ ശങ്കറിന്റെ ആരാധകനാണത്രേ! കൂട്ടത്തിൽ മാഡത്തിന്റെ

ശങ്കർ 1942–ൽ

വക കുറേ നിർദ്ദേശങ്ങളും. "ഭർത്താവിന്റെ മൂക്കിന് നിങ്ങൾ വരക്കുന്നത്ര നീളമില്ല. നീളം കുറയ്ക്കണം." "മേലിൽ ശ്രദ്ധിക്കാ"മെന്നു പറഞ്ഞ് ജീവൻ തിരിച്ചുകിട്ടിയ ആശ്വാസത്തിൽ ശങ്കർ പത്രമാഫീസിലേക്ക് തന്നെ വെച്ചുപിടിച്ചു; വൈസ്രോയിയുടെ അടുത്ത കാർട്ടൂൺ വരയ്ക്കാൻ.

വെല്ലിംഗ്ടൺ പ്രഭുവിനുശേഷം അധികാരമേറ്റ ക്ഷിപ്രകോപിയായ ലിൻലിത്ത് ഗോയും നർമ്മ രസികനായിരുന്നു. അദ്ദേഹത്തെയും ശങ്കർ വെറുതേ വിട്ടിട്ടില്ല. ഇന്ത്യാക്കാരെ കൊന്നൊടുക്കാനെത്തിയ രക്തരക്ഷസ്സായി തന്നെ ചിത്രീകരിച്ച് ശങ്കർ വരച്ച ഒരു കാർട്ടൂണിന്റെ ഒറിജിനൽ ലിൻലിത്ത് ഗോ ആവശ്യപ്പെട്ടു; തന്റെ ആൽബത്തിൽ ഒട്ടിച്ചു വയ്ക്കാൻ.

രണ്ടാംലോകമഹായുദ്ധകാലത്ത് ബ്രിട്ടീഷ് ഭരണകൂടത്തെ കളിയാക്കിയതിന് ശങ്കറിനെതിരെ നടപടിയെടുക്കണമെന്ന തീരുമാനത്തെ നഖശിഖാന്തം എതിർത്തതും ശങ്കറിന് അനുകൂലമായി വാദിച്ചതും ഇതേ ലിൻ ലിത്ത് ഗോയാണ്.

ശങ്കറിന്റെ ആദ്യകാല കാർട്ടൂണുകളിലൊന്ന് – സർ സി പി മുഖ്യ കഥാപാത്രം

4

അവിചാരിതമായ കൂടിക്കാഴ്ച

ആയിരത്തി തൊള്ളായിരത്തി മുപ്പത്തിരണ്ടിൽ നടന്ന മൂന്നാം വട്ടമേശ സമ്മേളനത്തിൽ സംഭവിച്ച ചില താളപ്പിഴകളെ പരിഹസിച്ചുകൊണ്ട് ശങ്കർ വരച്ച ഒരു കാർട്ടൂൺ സന്ദർഭോചിതവും കുറിക്കുകൊള്ളുന്നതുമായി. “ജനക്കൂട്ടത്തെ പിരിച്ചുവിടാൻ പോലീസിനു ബലം പ്രയോഗിക്കേണ്ടിവന്നു” എന്നായിരുന്നു കാർട്ടൂണിന്റെ തലക്കെട്ട്. ഗാന്ധിജി, സപ്രു, ജയകർ എന്നിവരുടെ നേതൃത്വത്തിലുള്ള ഇന്ത്യൻ സംഘത്തെ സർ സാമുവൽ ഹോഴ്സ്, വിൻസ്റ്റൺ ചർച്ചിൽ എന്നീ പോലീസുകാർ ഓടിക്കുന്നതായിരുന്നു ചിത്രം. കാർട്ടൂൺ പ്രത്യക്ഷപ്പെട്ട് കുറച്ചു ദിവസം കഴിഞ്ഞ് ബസിൽ യാത്ര ചെയ്യുമ്പോഴാണ് ബോംബെ നഗരത്തിലെ തിരക്കേറിയ ഒരു റോഡിൽ ഏകനായി നടന്നുപോകുന്ന ശങ്കറിനെ തന്റെ പഴയ സുഹൃത്ത് പോത്തൻ ജോസഫ് എന്ന മലയാളി പത്രപ്രവർത്തകൻ കാണുന്നത്. ശങ്കറിന്റെ കാർട്ടൂൺ ഗംഭീരമായി എന്നറിയിക്കാനും അഭിനന്ദിക്കാനും പോത്തൻ ജോസഫ് ബസ്സിൽ നിന്നും ചാടിയിറങ്ങി. കൂട്ട

ത്തിൽ, താൻ ജോലി ചെയ്യുന്ന ഡൽഹിയിലെ *ഹിന്ദുസ്ഥാൻ ടൈംസിൽ* സ്റ്റാഫ് കാർട്ടൂണിസ്റ്റാകാനുള്ള ക്ഷണവും.

അക്കാലത്തെ രാഷ്ട്രീയ–സാംസ്കാരിക പ്രവർത്തനങ്ങളുടെ സിരാകേന്ദ്രമായിരുന്ന ന്യൂഡൽഹിയിൽ ശങ്കർ എത്തിച്ചേരാൻ നിമിത്തമായത് അവിചാരിതമായ ഈ കൂടിക്കാഴ്ചയാണ്. ദേശീയസമരവുമായി ബന്ധപ്പെട്ട് സംഭവബഹുലവും പ്രശ്നസങ്കീർണ്ണവുമായ ദിനരാത്രങ്ങളാണ് തുടർന്നുണ്ടായത്.

ആദ്യകാലത്ത്, ശങ്കർ മൂന്നും നാലും കാർട്ടൂണുകൾ ദിവസേന വരയ്ക്കുമായിരുന്നു. ഒന്നോ രണ്ടോ രൂപയാണ് ഒരു കാർട്ടൂണിന് പ്രതിഫലമായി കിട്ടിയിരുന്നത്.

ശങ്കർ
യേശുദാസൻ വരച്ചത് (1989)

5

പോത്തൻ ജോസഫ്

ചരിത്രത്തിൽ സ്ഥാനം പിടിച്ച പത്രപ്രവർത്തകൻ

ഇന്ത്യൻ പത്രപ്രവർത്തന രംഗത്തെ ചിരസ്മരണീയരിലൊരാളാണ് ചെങ്ങന്നൂർ സ്വദേശിയായ പോത്തൻ ജോസഫ്. ഒരു കാലത്ത് ഇന്ത്യൻ രാഷ്ട്രീയ–സാംസ്കാരികരംഗം പോത്തൻ ജോസഫിന്റെ അഭിപ്രായങ്ങൾക്കും നിലപാടുകൾക്കുമായി കാതോർത്തിരുന്നു. ദേശീയ വിഷയങ്ങളായിത്തീർന്ന നൂറുകണക്കിനു ലേഖനങ്ങൾക്കും ആശയങ്ങൾക്കും പിന്നിലെ ബുദ്ധികേന്ദ്രമായിരുന്നു പോത്തൻ ജോസഫ്.

അദ്ദേഹം അരനൂറ്റാണ്ടു നീണ്ടു നിന്ന തന്റെ ഐതിഹാസികമായ പത്രപ്രവർത്തനം തുടങ്ങുന്നത് സെക്കന്തരാബാദിൽ നിന്നും പ്രസിദ്ധീകരിച്ചുവന്ന *ഹൈദ്രബാദ് ടൈംസ്* എന്ന പത്രത്തിന്റെ സ്റ്റാഫ് പ്രതിനിധിയായിട്ടാണ്. അന്ന് അദ്ദേഹത്തിന് പ്രായം വെറും 23. 1918–ൽ അദ്ദേഹം *ബോംബെ ക്രോണിക്കിൾ* എന്ന പത്രത്തിന്റെ സഹപത്രാധിപരായി. ബ്രിട്ടീഷുകാർ നടത്തിവന്ന *ക്യാപിറ്റൽ* പത്രത്തിലും *ഇന്ത്യൻ ഡെയ്‌ലി ടെലിഗ്രാഫി*ലും കുറച്ചുകാലം പ്രവർത്തിച്ചു. ജവഹർലാൽ നെഹ്രുവിന്റെ അച്ഛൻ മോട്ടിലാൽ നെഹ്രുവായിരുന്നു *ഡെയ്‌ലി ടെലിഗ്രാഫി*ന്റെ പ്രസാധകൻ. *ഇന്ത്യൻ ഡെയ്‌ലി മെയിലി*ന്റെ സ്വതന്ത്രചുമതല വഹിക്കുമ്പോഴാണ് പോത്തൻ ജോസഫിന് പത്രാധിപർ എന്ന നിലയിൽ തന്റെ മികവു തെളിയിക്കാനായത്. അദ്ദേഹത്തിന്റെ സ്ഥിരം പംക്തിയായിരുന്ന *ഓവർ എ കപ് ഓഫ് ടീ* ഏറെ ജനപ്രിയമായി. ഗാന്ധിജി ഉൾപ്പെടെയുള്ള ജനനേതാക്കൾ ഈ പംക്തിയുടെ പതിവു വായനക്കാരായി മാറുകയും പത്രത്തിന്റെ പ്രചാരം പതിന്മടങ്ങു വർദ്ധിക്കുകയും ചെയ്തു.

സ്ഥിരമായി ഒരിടത്തും തങ്ങിനിൽക്കാൻ ഇഷ്ടമില്ലാത്ത പോത്തൻ ജോസഫ് 1931–ൽ *ഡെയ്‌ലി മെയിൽ* വിട്ട് ഡൽഹിയിലെ *ഹിന്ദുസ്ഥാൻ ടൈംസി*ലെ പത്രാധിപരായി. *ഓവർ എ കപ്പ് ഓഫ്*

ദൗത്യവുമായി ക്രിപ്സ്

ടീ അവിടെയും തുടർന്നു. വളരെ ചുരുങ്ങിയ കാലംകൊണ്ട് ഹിന്ദുസ്ഥാൻ ടൈംസിനെ ഇന്ത്യയിലെ ഒന്നാംകിട പത്രങ്ങളിലൊന്നാക്കാൻ പോത്തൻജോസഫിന് അനായാസം കഴിഞ്ഞു. ആയിരത്തി തൊള്ളായിരത്തി നാൽപ്പതുകളിൽ *ഡെക്കാൻ ഹെറാൾഡി*ൽ പോത്തൻ ജോസഫിന് ആയിരത്തി അഞ്ഞൂറ് രൂപയും പത്രത്തിന്റെ ലാഭത്തിന്റെ പത്തുശതമാനവുമായിരുന്നു മാസശമ്പളം. ഇന്നത്തെ കണക്കനുസരിച്ച് ലക്ഷങ്ങൾ.

ശങ്കർ വരച്ച ശങ്കർ

അക്കാലത്ത് *ബോംബെ കോണിക്കിളി*ലും *ഫ്രീപ്രസ് ജേർണലി*ലും പ്രത്യക്ഷപ്പെട്ടിരുന്ന കാർട്ടൂണുകളിലൂടെയാണ് ശങ്കറും പോത്തൻ ജോസഫും സൗഹൃദത്തിലാകുന്നത്.

അക്കാലത്ത് പത്രങ്ങളിൽ കാർട്ടൂണിസ്റ്റുകളെ സ്ഥിരമായി നിയമിക്കുക പതിവില്ല. ശങ്കറെ തന്റെ പത്രത്തിൽ സ്റ്റാഫ് കാർട്ടൂണിസ്റ്റായി നിയമിക്കാനുള്ള ധൈര്യം കാണിച്ചതും പോത്തൻജോസഫാണ്.

ഇന്ത്യൻ പത്രപ്രവർത്തന ചരിത്രത്തിലെയും ശങ്കറിന്റെ ജീവിതത്തിലെയും അവിസ്മരണീയ സംഭവങ്ങളിലൊന്നായിരുന്നു മുൻജന്മ ബന്ധം പോലുള്ള ഈ സൗഹൃദം. *നാഷണൽ ഹെറാൾഡ്* എന്ന ദിനപത്രത്തിന്റെ പത്രാധിപർ ചലപതിറാവു അന്നു പറഞ്ഞു: “അമേരിക്ക കൊളംബസിനെ എങ്ങനെ ബഹുമാനിക്കുന്നുവോ അതുപോലെയാണ് ശങ്കർ പോത്തൻ ജോസഫിനെ ബഹുമാനിക്കേണ്ടത്” എന്ന്

നീക്കുപോക്കുകൾക്കു തയ്യാറാകാത്ത പോത്തൻ ജോസഫ് *ഹിന്ദുസ്ഥാൻ ടൈംസി*ലും അധികനാൾ തുടർന്നില്ല. പതിവുപോലെ അടുത്ത ലാവണം തേടിപ്പോയി.

ഇൻഡോർ മഹാരാജാവ് ഉൾപ്പെട്ട വലിയ കോളിളക്കം സൃഷ്ടിച്ച ഒരു കൊലക്കേസിന്റെ വിശദാംശങ്ങൾ വെളിച്ചത്തുകൊ

ണ്ടുവന്നത് പോത്തൻ ജോസഫാണ്. പിൻവാങ്ങാൻ ഒരു ലക്ഷംരൂപ പ്രതികൾ വാഗ്ദാനം ചെയ്തുവെങ്കിലും അദ്ദേഹം വഴങ്ങിയില്ല. അവസാനം കേസുതെളിഞ്ഞു. രാജാവിന് സിംഹാസനം നഷ്ടമായി. മറ്റു പ്രതികളെ തൂക്കിലേറ്റുകയും ചെയ്തു.

ഇരുപത്തിയാറോളം പ്രമുഖ പത്രസ്ഥാപനങ്ങളിൽ മാറിമാറി സേവനമനുഷ്ഠിച്ച പോത്തൻജോസഫ് 1972–ൽ ഒരു വാഹനാപകടത്തിൽപ്പെട്ടു മരണമടയുകയായിരുന്നു. അപ്പോൾ അദ്ദേഹത്തിന് 80 വയസായിരുന്നു. സ്വന്തമായി സമ്പാദ്യങ്ങളോ വീടോ അദ്ദേഹത്തിനുണ്ടായിരുന്നില്ല. മരണാനന്തര ബഹുമതിയായി പത്മഭൂഷൻ പുരസ്കാരം നൽകി രാഷ്ട്രം അദ്ദേഹത്തെ ആദരിക്കുകയുണ്ടായി.

6

രാഷ്ട്രീയ കാർട്ടൂണുകളുടെ സുവർണകാലം

പ്രത്യേകമായ യാതൊരു പരിശീലനവും കൂടാതെ ഒരു കാർട്ടൂണിസ്റ്റ് എന്നനിലയിൽ തന്റെ സ്ഥാനം ഉറപ്പിച്ചശേഷമാണ് 1938-ൽ കാർട്ടൂൺ വരയുടെ ഉപരിപഠനത്തിനായി ശങ്കർ ലണ്ടനിലേക്കു പോകുന്നത്. ഇതിനു മുൻകൈ എടുത്തതും പ്രോത്സാഹിപ്പിച്ചതും പോത്തൻ ജോസഫാണ്.

റെയ്മൻഡ് സ്കൂൾ ഓഫ് ആർട്സ്, ലണ്ടൻ പോളിടെക്നിക്ക്, സെന്റ് മാർട്ടിൻസ് സ്കൂൾ എന്നീ സ്ഥാപനങ്ങളിലെ പതിനാലുമാസക്കാലത്തെ പഠനത്തിനിടെ ലോക പ്രശസ്ത കാർട്ടൂണിസ്റ്റുകളുമായി സൗഹൃദം സ്ഥാപിക്കാനും കാർട്ടൂൺ എന്ന കലയുടെ ശാസ്ത്രീയ സങ്കേതങ്ങൾ മനസ്സിലാക്കാനും ശങ്കറിനു കഴിഞ്ഞു. കാർട്ടൂണിനെപ്പറ്റി അദ്ദേഹത്തിനുണ്ടായിരുന്ന സങ്കൽപ്പങ്ങൾക്കും വലിയ മാറ്റം വന്നു. അവിടെ നിന്നും സിദ്ധിച്ച അനുഭവപാഠങ്ങളാണ് ശങ്കറിന്റെ പിൽക്കാല ജൈത്രയാത്രക്ക് ഇന്ധനമായി തീർന്നത്.

1932 മുതൽ 1948 വരെയുള്ള നീണ്ട 16 വർഷക്കാലം ശങ്കർ *ഹിന്ദുസ്ഥാൻ ടൈംസിൽ* തുടർന്നു. ഇന്ത്യൻ സ്വാതന്ത്ര്യസമരം കത്തിക്കാളി നിന്ന കാലഘട്ടമായിരുന്നതിനാൽ കാർട്ടൂണിന്റെ വിഷയങ്ങൾക്കായി അദ്ദേഹത്തിന് അലയേണ്ടിവന്നിട്ടേ ഇല്ല. അദ്ദേഹത്തിന്റെ കാർട്ടൂൺ മുൻ പേജിലില്ലാതെ അക്കാലത്ത് *ഹിന്ദുസ്ഥാൻ*

ഹാസ്യചിത്രകാരനായ മലയാളി

മി. ശങ്കർ ഉപരിപഠനത്തിനു പോകുന്നു.

"ഹിന്ദുസ്ഥാൻ ടൈംസി"ലെ ഹാസ്യചിത്രകാരനായ മി. ശങ്കർ ഉപരിപഠനത്തിനായി ഇംഗ്ലണ്ടിലേക്കു പോകുന്നതാണെന്നു കാണുന്നു. മി. ശങ്കർ കായംകുളം സ്വദേശിയാണ്.

ശങ്കറിന്റെ ലണ്ടൻ യാത്ര പത്രവാർത്തയിൽ

ടൈംസ് ഒരു ദിവസം പോലും പുറത്തിറങ്ങിയിരുന്നില്ല. പ്രശസ്ത ബ്രിട്ടീഷ് കാർട്ടൂണിസ്റ്റായ ഡേവിഡ് ലോയുടെ ശൈലിയെ അനുകരിച്ച് ദേശീയ പ്രാധാന്യമുള്ള വിഷയങ്ങൾക്കാണ് ശങ്കർ തന്റെ കാർട്ടൂണുകളിൽ പ്രാമുഖ്യം നൽകിയത്.

ശങ്കറിന്റെ കാർട്ടൂണുകൾക്ക് സ്വാതന്ത്ര്യസമരത്തീജ്വാല ആളിപ്പടർത്താനായി. ഗാന്ധിജിയും നെഹ്റുവും അടക്കമുള്ള ദേശീയനേതാക്കൾ നിയമലംഘനങ്ങളിലൂടെയും സഹനസമരങ്ങളിലൂടെയും പടനയിച്ചപ്പോൾ മൂർച്ചയുള്ള ബ്രഷുമായി ശങ്കറും അവർക്കൊപ്പം തന്നെയുണ്ടായിരുന്നു.

ഇന്ത്യൻ പത്രങ്ങളിൽ രാഷ്ട്രീയ കാർട്ടൂൺ സ്ഥിരമായി പ്രത്യക്ഷപ്പെട്ടത് ശങ്കറിന്റെ കാർട്ടൂണുകൾക്ക് ശേഷമാണ്. രാഷ്ട്രീയ കാർട്ടൂണുകളുടെ സുവർണകാലമെന്ന് ഈ കാലഘട്ടം വിശേഷിപ്പിക്കപ്പെടുന്നു.

7

മഹാത്മജിയും ശങ്കറും

ആയിരത്തി തൊള്ളായിരത്തി ഇരുപത്തിഅഞ്ചിൽ തിരുവനന്തപുരം മഹാരാജാസിൽ പഠിക്കുമ്പോഴാണ് ശങ്കർ ഗാന്ധിജിയെ ആദ്യമായി കാണുന്നത്. വൈക്കം സത്യഗ്രഹവുമായി ബന്ധപ്പെട്ട് കേരളപര്യടനത്തിന് എത്തിയതായിരുന്നു മഹാത്മജി. മഹാത്മജിയുടെ വലുപ്പം തൊട്ടറിഞ്ഞ ആ നിമിഷം മുതൽ ഒരു മാന്ത്രികശക്തിയാലെന്നപോലെ ഗാന്ധിയൻ ആശയാദർശങ്ങളിൽ അദ്ദേഹം ആകൃഷ്ടനാവുകയായിരുന്നു. ഒരു കാർട്ടൂണിസ്റ്റ് എന്ന നിലയിൽ ദേശീയാന്തർദ്ദേശീയതലത്തിൽ പ്രശസ്തനായതോടെ ശങ്കറും ഗാന്ധിജിയുമായുള്ള ബന്ധവും കൂടുതൽ സുദൃഢമായി.

ഒരിക്കൽ വാർധയിലെ ആശ്രമത്തിൽ വച്ച് ശങ്കറിന്റെ കരം ഗ്രഹിച്ചുകൊണ്ട് ഗാന്ധിജി ചോദിച്ചു. “ശങ്കർ സത്യംപറയണം! നിങ്ങൾ *ഹിന്ദുസ്ഥാൻ ടൈംസി*നെ വളർത്തിയോ അതോ *ഹിന്ദുസ്ഥാൻ ടൈംസ്* നിങ്ങളെ വളർത്തിയോ?” അക്കാലത്ത് ജനശ്രദ്ധ പിടിച്ചുപറ്റിയ രണ്ടു വിഷയങ്ങളായിരുന്നു *ഹിന്ദുസ്ഥാൻ ടൈംസും*, അതിൽ സ്ഥിരമായി പ്രത്യക്ഷപ്പെട്ടിരുന്ന ശങ്കറിന്റെ കാർട്ടൂണുകളും. *ഹിന്ദുസ്ഥാൻ ടൈംസി*ലൂടെ ശങ്കർ ഉണ്ടാക്കിയെടുത്ത കാർട്ടൂൺ ആസ്വാദകരുടെ എണ്ണം വളരെ വലുതാണ്.

അഖിലേന്ത്യാ വനിതാ കോൺഗ്രസ് അധ്യക്ഷ രാജകുമാരി അമൃത്കൗറും ശങ്കറും ഒരിക്കൽ കൊമ്പുകോർത്തു. അമൃത്

കൗറിനെ കളിയാക്കിക്കൊണ്ടുള്ള കാർട്ടൂൺ *ഹിന്ദുസ്ഥാൻ ടൈംസിൽ* തന്നെയാണു വന്നത്. അവർ ചുണ്ടിൽ വാരിക്കോരി പുരട്ടാറുണ്ടായിരുന്ന ലിപ്സ്റ്റിക്കായിരുന്നു പ്രശ്നം. പത്രസ്ഥാപന

ലണ്ടനിലേക്ക് മടങ്ങിപ്പോകുന്ന ലിൻലിത്ത് ഗോയെ ഗാന്ധിജി ഇൻഡ്യയിൽ സ്ഥിരതാമസത്തിനായി ക്ഷണിക്കുന്നു. (1937)

ത്തിൽ നിന്നും ശങ്കറെ ഉടനടി പിരിച്ചുവിടണമെന്നായി അവർ. സ്ഥിതിഗതികൾ അനുദിനം വഷളായപ്പോൾ മഹാത്മജിക്കും ഇതിൽ ഇടപെടേണ്ടിവന്നു. മഹാത്മജി ഇരുവരേയും വിളിച്ചു വരുത്തി. കാർട്ടൂണിനു വിഷയമായ നിർദ്ദോഷഫലിതം മനസ്സിലായതോടെ പൊട്ടിച്ചിരിച്ചുകൊണ്ട് മഹാത്മജിപറഞ്ഞു:

"ശങ്കർ, എന്റെ കോടതി നിങ്ങളെ വെറുതെ വിട്ടിരിക്കുന്നു." അതോടെ പ്രശ്നവും തീർന്നു.

ശങ്കറിന്റെ കാർട്ടൂണുകൾ ഒന്നൊഴിയാതെ ശ്രദ്ധിക്കുകയും, ആസ്വദിക്കുകയും ചെയ്തിരുന്ന ഗാന്ധിജി ഒരിക്കൽ ശങ്കറിനോട് പൊട്ടിത്തെറിച്ച അസാധാരണ സംഭവവും ഉണ്ടായി. ഒരു പോസ്റ്റു കാർഡിൽ ഗാന്ധിജി ഇങ്ങനെ എഴുതി:

> മിസ്റ്റർ ശങ്കർ, നിങ്ങളുടെ കാർട്ടൂണിൽ പരാമർശിക്കുന്ന കാര്യങ്ങൾ സത്യവിരുദ്ധവും വസ്തുതകൾക്കു നിരക്കാത്ത തുമാണ്. നിങ്ങളുടെ വരകൾ ഭംഗിയുള്ളതാണെന്നു ഞാൻ

സമ്മതിക്കുന്നു. എന്നാൽ നിജസ്ഥിതി പഠിച്ചശേഷം മാത്രമേ ഇനി മേലിൽ കാർട്ടൂൺ വരയ്ക്കാവൂ - യഥാർത്ഥ കാർട്ടൂണിസ്റ്റിന്റെ ധർമ്മവും അതാണ്. കഥയറിയാതെ ആക്ഷേപിച്ചതുകൊണ്ടു മാത്രം കാർട്ടൂൺ ഉണ്ടാകുന്നില്ല.

മുസ്ലീം ലീഗ് നേതാവായ ജിന്നയെ പരിഹസിച്ച് ശങ്കർ വരച്ച ഒരു കാർട്ടൂണാണ് ഗാന്ധിജിയെ ചൊടിപ്പിച്ചത്. എങ്കിലും ശങ്കറും ഗാന്ധിജിയുമായുള്ള ഊഷ്മളമായ ആത്മബന്ധവും സൗഹൃദവും അവസാനം വരെ തുടർന്നു.

ഗാന്ധിജി നിരാഹാരസമരത്തിൽ

8

പണ്ഡിറ്റ്ജിയും ശങ്കറും

നെഹ്റുവും ശങ്കറും തമ്മിലുണ്ടായിരുന്ന അടുപ്പവും ഏറെ പ്രസിദ്ധമാണ്. നെഹ്റു ശങ്കറിനെ ഫോണിൽ വിളിക്കുകയും കാർട്ടൂണുകളെപ്പറ്റി ചർച്ച ചെയ്യുകയും പതിവായിരുന്നു. ഒരു പ്രധാന മന്ത്രി ഒരു കാർട്ടൂണിസ്റ്റിനെ തന്റെ ഹൃദയത്തിൽ ചേർത്തു നിർത്തുക എന്നത് ഇന്ത്യയിൽ മറ്റൊരു കാർട്ടൂണിസ്റ്റിനും അന്നും ഇന്നും ലഭിച്ചിട്ടില്ലാത്ത ബഹുമതിയാണ്. 1931 മുതൽ 1937 വരെയുള്ള കാലത്ത് *ഹിന്ദുസ്ഥാൻ ടൈംസിൽ* ശങ്കർ വരച്ച 101 കാർട്ടൂണുകളുടെ സമാഹാരത്തിന്റെ ആമുഖത്തിൽ നെഹ്റു ഇങ്ങനെ എഴുതി:

> ശങ്കറിന്റെ കാർട്ടൂണിൽ ഏതെങ്കിലുമൊരു കഥാപാത്രമാകാൻ ഞങ്ങൾ രാഷ്ട്രീയക്കാർ എത്രമാത്രം കൊതിക്കുന്നവെന്നോ!

പത്രത്തിൽ എന്നും ഞാൻ ആദ്യം പരതുക ശങ്കറിന്റെ കാർട്ടൂണുകളാണ്. വസ്തുനിഷ്ഠമായ കാഴ്ചപ്പാടിന്റെ , ദാർശനികതയുടെ, ദീർഘവീക്ഷണത്തിന്റെ അതിശക്തമായ വരകളാണ് ശങ്കറിന്റേത്. ഈ ചിത്രങ്ങൾ ചിരിക്കാൻ മാത്രമുള്ളവയല്ല. ദൈനംദിന സംഭവങ്ങളുടെ സത്യസന്ധമായ വിലയിരുത്തലുകളാണ്. പുനർവിചിന്തനത്തിനുള്ള മാർഗനിർദ്ദേശങ്ങളും പ്രശ്നങ്ങളുടെ അപഗ്രഥനവുമാണ് ഇതിൽ ഉൾക്കൊള്ളുന്നത്. തെറ്റുതിരുത്താനും സ്വയം വിലയിരുത്താനും അദ്ദേഹം വേദിയൊരുക്കിത്തരുന്നു. നമ്മുടെ ഗർവ്വിന്റെയും ഞാനെന്ന ഭാവത്തിന്റെയും മൂടുപടം ഇടയ്ക്കിടെ കീറിമുറിക്കാൻ ആളുണ്ടാകുക എന്നത് വളരെ നല്ല കാര്യമാണ്.

ചൈനയുടെ വെല്ലുവിളി നേരിടാൻ ഇന്ത്യ സന്നദ്ധം
ഒപ്പം ധൃതിപിടിച്ച നടപടികൾക്കെതിരെ താക്കീതും (1959)

9

ശങ്കേഴ്സ് വീക്കിലി വരുന്നു

സി രാജഗോപാലാചാരിക്കെതിരെ ശങ്കർ വരച്ച ഒരു കാർട്ടൂൺ പോത്തൻ ജോസഫിനുശേഷം *ഹിന്ദുസ്ഥാൻ ടൈംസിന്റെ* പത്രാധിപരായിവന്ന, രാജാജിയുടെ അനന്തിരവൻ ദേവദാസ്ഗാന്ധിക്ക്

കഠിനാദ്ധ്വാനം ചെയ്യുവാൻ ജനങ്ങളോട് നെഹ്റു
– പക്ഷേ ജോലി എവിടെ? (1951)

ശങ്കേഴ്സ് ലൈബ്രറിയിലെ കുട്ടികളുടെ വായനാമുറി

അത്ര രസിച്ചില്ല. അതേത്തുടർന്ന് അവർക്കിടയിൽ ഗുരുതരമായ പൊരുത്തക്കേടുകൾ ഉണ്ടാകുകയും 1948 –ൽ ശങ്കർ ജോലി രാജി വയ്ക്കുകയും ചെയ്തു. വ്യവസായ പ്രമുഖനായ ഡാൽമിയയുമായി ചേർന്ന് *ഇന്ത്യൻ ന്യൂസ് ക്രോണിക്കിൾ* എന്ന ഒരു പത്രം തുടങ്ങി യെങ്കിലും ഒരു വർഷം തികയും മുൻപുതന്നെ അതും മതിയാക്കി. സ്വന്തമായി ഒരു പ്രസിദ്ധീകരണമായാലോ എന്ന ചിന്തയായി. *ശങ്കേഴ്സ് വീക്കിലി* പിറവിയെടുക്കുന്നത് അങ്ങനെയാണ്.

നീറുന്ന പ്രശ്നങ്ങളുടെ നടുവിൽ എന്തുചെയ്യണമെന്നറിയാതെ അന്തം വിട്ടിരിക്കുന്ന ഭാരതമാതാവിനോട് ഒരു കൈനോട്ടക്കാരൻ പറയുന്നു "ഇപ്പോൾ നിങ്ങൾക്കു ചിരിക്കാനാവില്ലെങ്കിലും ചിരിച്ചേ മതിയാകൂ." *ശങ്കേഴ്സ് വീക്കിലി*യുടെ ആദ്യലക്കത്തിനുവേണ്ടി ശങ്കർ വരച്ച കവർ ചിത്രം ഇതാണ്. ബ്രിട്ടീഷ് മാസികയായ *പഞ്ചി*ന്റെ ചുവടുപിടിച്ച് ഇന്ത്യയിൽ പ്രസിദ്ധീകരിക്കപ്പെട്ട ആദ്യത്തെ ഇംഗ്ലീഷ് കാർട്ടൂൺ ഹാസ്യ വാരികയാണ് *ശങ്കേഴ്സ് വീക്കിലി.* പിൽക്കാലത്ത് ദേശീയാന്തർദ്ദേശീയ തലങ്ങളിൽ പ്രശസ്തരായ പല കാർട്ടൂണിസ്റ്റുകളുടെയും പരിശീലനക്കളരികൂടിയായി ഈ വാരിക. ഒരു കലാരൂപമെന്ന നിലയിൽ കാർട്ടൂണിന്റെ വികാസ ത്തിനും, പ്രചാരത്തിനും *വീക്കിലി* വഹിച്ച പങ്ക് വളരെ വലുതാണ്.

ചലപതിറാവു, ഇടത്തട്ട നാരായണൻ, പി വിശ്വനാഥൻ,

പൂനെൽ എബ്രഹാം, സി പി രാമചന്ദ്രൻ, അമിതാമാലിക്ക് തുടങ്ങിയ പ്രഗത്ഭരുടെ ഒരു നിരയാണ് കെട്ടിലും മട്ടിലും പുതുമകളുമായി അവതരിച്ച *ശങ്കേഴ്സ് വീക്കിലി*യിലെ വിവിധ പംക്തികൾ കൈകാര്യം ചെയ്തുവന്നത്. *ഫ്രീ തിങ്കിംഗ്* എന്ന പത്രാധിപരുടെ പേജ്, ഹാസ്യ കവിതകൾ, പത്രാധിപർക്കുള്ള കത്തുകൾ, ഈ ആഴ്ചയിലെ പ്രധാനവ്യക്തി, കലാരാഷ്ട്രീയ-സാംസ്കാരിക രംഗങ്ങളിലെ ആനുകാലിക സംഭവങ്ങൾ പ്രതിപാദിക്കുന്ന നർമ്മലേഖനങ്ങൾ, ചിത്രങ്ങൾ, നാടക-ചലച്ചിത്രാസ്വാദനം എന്നിവ *വീക്കിലി*യുടെ വിഭവസമൃദ്ധമായ ഉള്ളടക്കത്തിൽ ചിലതുമാത്രം. പുറംചട്ടയും, രണ്ടുമൂന്ന് അരപ്പേജ് കാർട്ടൂണുകളും, "മാർച്ച് ഓഫ് ദ ടൈം" എന്ന പത്തോളം കാർട്ടൂണുകളും ശങ്കറിന്റെ സംഭാവനകളാണ്. ബഡാസാബ്, മേംസാബ് എന്നീ കഴുതകളുടെ കോമാളിത്തരങ്ങളും ശ്രദ്ധേയമായിരുന്നു. ഇന്നും ഇന്ത്യയിലെ ആനുകാലികങ്ങൾ തുടർന്നു പോരുന്ന ചില പംക്തികൾക്ക് വഴി മരുന്നായത് ഈ രാഷ്ട്രീയ വിനോദവാരികയാണ്. ശങ്കേഴ്സ് വീക്കിലിയിലൂടെയാണ് ഇവിടെ ആക്ഷേപഹാസ്യത്തിന്റെയും എരിവും പുളിയുമുള്ള രാഷ്ട്രീയ കാർട്ടൂണുകളുടെയും വസന്തം പൂത്തുലയുന്നത്.

10

ദീപശിഖാ പ്രയാണം

ആയിരത്തി തൊള്ളായിരത്തി നാൽപ്പത്തിഎട്ട് ജൂൺ 23ന് ഡൽഹിയിലെ കോൺസ്റ്റിറ്റ്യൂഷൻ ക്ലബ്ബ് ഹാളിൽ സംഘടിപ്പിക്കപ്പെട്ട പ്രൗഢഗംഭീരമായ സദസ്സിൽ വച്ച് *ശങ്കേഴ്സ് വീക്കിലി*യുടെ ഉദ്ഘാടനം നടന്നു. പണ്ടിറ്റ്ജിയായിരുന്നു ഉദ്ഘാടകൻ. "ഡോണ്ട് സ്പെയർ മീ ശങ്കർ" എന്നു പറഞ്ഞുകൊണ്ടാണ് പണ്ഡിറ്റ്ജി തന്റെ

പ്രസംഗം ഉപസംഹരിച്ചത്. ചരിത്രരേഖയായിത്തീർന്ന ഈ വാക്കുകൾ രാഷ്ട്രീയ കാർട്ടൂണിന്റെ അടിസ്ഥാന പ്രമാണങ്ങളിലൊന്നായി കണക്കാക്കപ്പെടുന്നു.

> ശങ്കർ എന്നെ വെറുതെ വിടരുത്. പുകഴ്ത്തലോ ഭംഗിവാക്കുകളോ അല്ല. നിശിതമായ വിമർശനങ്ങളാണ് ഒരു ഭരണാധികാരിയായ ഞാൻ നിങ്ങളിൽ നിന്നു പ്രതീക്ഷിക്കുന്നത്. പൊതുരംഗത്ത് അറിഞ്ഞോ അറിയാതെയോ അരങ്ങേറുന്ന കുറ്റങ്ങളും കുറവുകളും നിങ്ങൾ ചൂണ്ടിക്കാണിക്കണം അതാണെനിക്കിഷ്ടം.

നെഹ്റു പറഞ്ഞതുപോലെതന്നെ സുഹൃത്ബന്ധങ്ങൾ ശങ്കറിന്റെ കാർട്ടൂണുകൾക്ക് ഒരിക്കലും വിഘാതമായി നിന്നില്ല. ആ കൂരമ്പുകളിൽ നിന്നും ആർക്കും രക്ഷപ്പെടാനുമായില്ല; ആത്മമിത്രമായ നെഹ്റുവിനുപോലും. 1948 മുതൽ 1975 വരെയുള്ള 27 വർഷക്കാലം സമൂഹത്തിലെ മൂല്യച്യുതിക്കെതിരെ ദുഷിച്ചുനാറിയ വ്യവസ്ഥിതിക്കെതിരെ ഒരു തിരുത്തൽ ശക്തികൂടിയാകുകയായിരുന്നു *ശങ്കേഴ്സ് വീക്കിലി.*

ശങ്കേഴ്സ് വീക്കിലി പുറത്തിറങ്ങി തൊട്ടടുത്ത ദിവസത്തെ *മലയാളമനോരമ* ദിനപ്പത്രത്തിന്റെ മുഖപ്രസംഗം ശങ്കറെപ്പറ്റിയും വീക്കിലിയെപ്പറ്റിയുമായിരുന്നു. അതിങ്ങനെ:

> *ശങ്കേഴ്സ് വീക്കിലി*യുടെ നാമകാരനും ജനയിതാവും ഉടമസ്ഥനുമായ ശ്രീ ഇല്ലിക്കുളം ശങ്കരപ്പിള്ള ശ്രീവാഴുംകോടിന്റെ മണ്ണിൽ വിളഞ്ഞ ഒരനർഘരത്നമാണ്. ചിത്രകലാപടുവും ഭാവനാസമ്പന്നനുമായ ശങ്കർ ചിത്രകലയിലെ രാജാധിരാജനായി ഭാരതത്തിൽ അഭിഷേകം ചെയ്യപ്പെട്ടിട്ട് ദശാബ്ദങ്ങൾ രണ്ട് കഴിഞ്ഞിട്ടുണ്ട്. വിഖ്യാത ഹാസ്യചിത്ര കലാകാരനായ എഡ്വേർഡ് ലോയുടെ ശിഷ്യനാണ് ശങ്കർ. മഹാത്മജിയുടെ ബഹുമാനാഭിനന്ദനങ്ങൾക്ക് പാത്രീഭൂതനായിരുന്നു അനുഗൃഹീത കലാകാരനായ അദ്ദേഹം. ശങ്കറുടെ ഞാണിന്മേൽ നിന്ന് വലിച്ചുവിട്ട പരിഹാസാസ്ത്രങ്ങൾ ബ്രിട്ടീഷ് സിംഹത്തിന്റെ ശരീരത്തിൽ ആഴമേറിയ മുറിവുകൾ ഉണ്ടാക്കിയിട്ടുണ്ട്.

ആഭ്യന്തര വിപ്ലവങ്ങളെ അടിച്ചമർത്തുവാൻ ബ്രിട്ടീഷ് സൈന്യത്തിന് പീരങ്കിയും ബയണറ്റും ഉണ്ടായിരുന്നു. സത്യഗ്രഹ സംരം

ഭത്തെ അമർത്തുവാൻ ലാത്തിയും ജയിൽമുറികളും ഉണ്ടായിരുന്നു. എന്നാൽ ശങ്കറുടെ കൂർത്തുമൂർത്ത പരിഹാസാസ്ത്രങ്ങൾക്ക് ഈ ഭൂലോക തന്ത്രജ്ഞൻമാർ പ്രതിവിധിയൊന്നും കണ്ടെത്തിയില്ല. ശങ്കറുടെ ക്രയോൺ പെൻസിൽ ബ്രിട്ടീഷ് സ്വേച്ഛാധിപതികൾക്ക് തങ്ങളുടെ ഇന്ത്യയിലെ ജീവിതം ദുസ്സഹമാക്കി തീർത്തു. വോൾട്ടയറിന്റെ പുളിച്ചു പൊങ്ങിയ പരിഹാസങ്ങൾ ഫ്രാൻസിലെ ജനകീയ സിംഹാസനം മറിക്കുവാൻ അവസാനം പര്യാപ്തമായില്ലെ, അതുപോലെ.

ഇന്ത്യയിലെ ബ്രിട്ടീഷ് മേധാവിത്വം പിഴുതെറിഞ്ഞതിൽ ഇല്ലിക്കുളം ശങ്കരപ്പിള്ളയ്ക്കും ഗണ്യമായ പങ്കുണ്ട്. ഗാണ്ഡീവവും കയ്യിലേന്തി നിന്ന കുരുക്ഷേത്രത്തിലെ അർജ്ജുനനെപ്പോലെ ആഗ്നേയാസ്ത്രങ്ങൾ പൊഴിച്ചുകൊണ്ട് കർമ്മധീരനായ ശങ്കർ, ദേശീയ നേതാക്കളായ നെഹ്റു, പട്ടേൽ, പ്രഭൃതികളുടെ സമീപത്ത് അജയ്യനായി നിലകൊണ്ടു. സർ രാമസ്വാമിയുടെ തിരുവിതാംകൂറിലെ ദുർഭരണ താണ്ഡവത്തെ പരിഹസിച്ച് അവസാനിപ്പിച്ച ശക്തികളിൽ ഒന്ന് ശങ്കറുടെ ഹാസ്യചിത്രങ്ങളായിരുന്നു. നീണ്ട മൂക്കും തുറിച്ച കണ്ണുമായി ശ്രീവാഴുംകോടിനെ ആവാഹിച്ച ഒരു ദുർഭൂതമായി സർ സി പിയെ ശങ്കർ ചിത്രീകരിച്ചു പോന്നു. ദേശാഭിമാനിയായ ശങ്കർ തന്റെ അതുല്യ വിമർശന ശക്തികളെ നിർലോഭമായി സർ സി പിയുടെ നേരെ പ്രയോഗിച്ചിട്ടുണ്ട്.

എഴുത്തച്ഛൻ, കുഞ്ചൻനമ്പ്യാർ, വള്ളത്തോൾ, ആശാൻ എന്നിവർക്കൊപ്പം പ്രശസ്തനാണ് ശങ്കറും. അവർക്ക് നേടുവാൻ കഴിയാത്ത അഖിലഭാരത പ്രശസ്തിയാണ് ശങ്കർ കരസ്ഥമാക്കിയത്. വേദാന്തത്തിൽ വിവേകാനന്ദനും, സാഹിത്യത്തിൽ രവീന്ദ്രനും ഊർജ്ജ തന്ത്രത്തിൽ സി വി രാമനും വാണിജ്യ വ്യവസായങ്ങളിൽ റ്റാറ്റായ്ക്കും ലഭിച്ചിട്ടുള്ള സ്ഥാനമാണ് ഹാസ്യകലാമണ്ഡലത്തിൽ ശ്രീ ശങ്കറിനുള്ളത്.

മൾട്ടിക്കളർ ചിത്രങ്ങളോ ആകർഷകമായ പുറംചട്ടയോ, വില കൂടിയ ആർട്ട് പേപ്പറോ ഒന്നും ഇല്ലാതിരുന്നിട്ടുകൂടി *ശങ്കേഴ്സ് വീക്കിലി*ക്ക് ആസ്വാദകർ അനവധിയായിരുന്നു.

1964 മെയ് 17 ന് പുറത്തിറങ്ങിയ *ദീപശിഖാപ്രായാണം* എന്ന കാർട്ടൂണിലൂടെ ഇന്ത്യയുടെ രാഷ്ട്രീയ ഗൃഹനില കുറിച്ചിടുകയായിരുന്നു ശങ്കർ. നെഹ്റുവിനെ കഥാപാത്രമാക്കി ശങ്കർ വരച്ച അവസാന കാർട്ടൂണുകളിലൊന്നായിരുന്നു ഇത്.

രാജ്യത്തെ ആകമാനം കുഴച്ച നെഹ്റുവിനുശേഷം ആര് എന്ന

*ഉറുദു ദേശീയോദ്ഗ്രഥനത്തിന്റെ അടയാളം,
അപ്പോൾ ഞാനോ? (1961)*

ചോദ്യത്തിന് ഹാസ്യത്തിന്റെ മേമ്പൊടികലർത്തി ശങ്കർ മറുപടി നൽകുകയായിരുന്നു. ക്ഷീണിച്ച് അവശനായി കിതച്ചുകൊണ്ട് അധികാരത്തിന്റെ ചിഹ്നമായ ദീപശിഖയുമായി ഓടുന്ന നെഹ്റു, പിന്നിൽ ലാൽ ബഹദൂർ ശാസ്ത്രി, ഗുൽസാരി ലാൽ നന്ദ, ഇന്ദിരാ ഗാന്ധി, വി കെ കൃഷ്ണമേനോൻ മൊറാർജി ദേശായി തുടങ്ങി അക്കാലത്തെ പ്രമുഖ നേതാക്കളുടെ ഒരു നിര.

ഇതു വരച്ച് കൃത്യം പത്തുദിവസത്തിനകം നെഹ്റു അന്തരിക്കുന്നു എന്നതും ഈ ചിത്രത്തിന്റെ സർവ്വകാല പ്രസക്തി വർദ്ധിപ്പിക്കുന്നു; നെഹ്റുവിന്റെ മരണം ശങ്കർ മുൻകൂട്ടി ഗണിച്ചെടുത്തപോലെ. പിന്നാലെ ഓടുന്നവരായി ശങ്കർ വരച്ചവർ അതേ ക്രമത്തിൽ പ്രധാനമന്ത്രിക്കസേരയിൽ എത്തി എന്നത് യാദൃച്ഛികമാകാമെങ്കിലും പ്രവചനാത്മകതയുടെയും ദാർശനികമായ ഉൾക്കാഴ്ചയുടെയും ദീർഘദൃഷ്ടിയുടെയും നിദർശനമായി എക്കാലവും ഒളിമങ്ങാതെ നിലനിൽക്കുകയാണ് ഈ ചിത്രം. ഇന്ത്യയുടെ പിൽക്കാല ചരിത്രം ശങ്കർ വരച്ച അതേ വരകളിലൂടെത്തന്നെ സംഭവിക്കുകയായിരുന്നു. രാഷ്ട്രീയ കാർട്ടൂണുകൾക്ക് ആയുസ്സില്ല എന്ന സങ്കൽപ്പം *ദീപശിഖാപ്രയാണം* പാടേ തിരുത്തിയെഴുതി. എന്നാൽ ഈ ചിത്രത്തിൽ നെഹ്റുവിന്റെ പിന്നിൽ ഓടിയിരുന്ന അപൂർവ്വം ചിലർക്ക് ശങ്കർ പ്രവചിച്ചപോലെ പ്രധാനമന്ത്രിക്കസേര കിട്ടിയില്ല. ജയപ്രകാശ് നാരായൺ, വിജയലക്ഷ്മി പണ്ഡിറ്റ്, വികെ കൃഷ്ണമേനോൻ എന്നിവരായിരുന്നു ആ ഹതഭാഗ്യർ.

“താങ്കൾ വരച്ചതുപോലെ ഞാൻ ഇന്ത്യൻ പ്രധാനമന്ത്രിയാ

യില്ലല്ലോ'' എന്ന് വി കെ കൃഷ്ണമേനോൻ ഒരിക്കൽ ശങ്കറോടു ചോദിച്ചപ്പോൾ ''എന്നെങ്കിലും ഒരു മലയാളി പ്രധാനമന്ത്രിയാകുമെന്ന് നിങ്ങൾ വിചാരിക്കുന്നുണ്ടോ'' എന്നായിരുന്നു ശങ്കറിന്റെ മറുചോദ്യം.

ഗാന്ധി പറഞ്ഞു:
'താനും വൈസ്രോയിയും മുമ്പില്ലാത്തവിധം കൂടുതൽ അടുത്തു'

11

'ചെണ്ടക്കാരൻ' വിടവാങ്ങുന്നു

ആയിരത്തി തൊള്ളായിരത്തി എഴുപത്തി അഞ്ചിൽ അടിയന്തരാവസ്ഥ പ്രഖ്യാപിച്ചതോടെ ഇന്ത്യയിൽ പ്രസിദ്ധീകരണങ്ങളുടെ മേൽ കർശനമായ നിയന്ത്രണങ്ങൾ നിലവിൽ വന്നു. മൂർച്ചയുള്ള രാഷ്ട്രീയ കാർട്ടൂണുകൾക്കും സർക്കാർ വിരുദ്ധ ലേഖനങ്ങൾക്കും വിലക്കുണ്ടായി. പലരും വര നിർത്തി. പ്രസിദ്ധീകരണങ്ങളിൽ

പലതും അകാലചരമമടയുകയോ പത്രഉടമകൾ ജയിലിലാകുകയോ ചെയ്തു.

വരയ്ക്കാനും എഴുതാനുമുള്ള സ്വാതന്ത്ര്യം അടിയറവെയ്ക്കാൻ വിസമ്മതിച്ച ശങ്കർ *വീക്കിലി*യുടെ പ്രസിദ്ധീകരണം തുടരേണ്ട തില്ല എന്നു തീരുമാനിക്കുകയായിരുന്നു. അധികം പരസ്യങ്ങ ളൊന്നും ഇല്ലാതിരുന്നതിനാൽ *വീക്കിലി*യുടെ ദൈനംദിനകാര്യ ങ്ങൾ ബുദ്ധിമുട്ടിലായിരുന്ന കാലമായിരുന്നു അത്.

അക്കാലത്തുണ്ടായ ഒരു ചെറിയ ഹൃദയാഘാതത്തെ തുടർന്ന് ശങ്കറിന്റെ വിരലുകൾക്ക് ബലക്ഷയമുണ്ടായി. വരകൾക്ക് പഴയ ഭംഗിയും നഷ്ടമായി. ഇനി വരയ്ക്കരുത് എന്നായിരുന്നു. ഡോക്ട റന്മാരുടെ ഉപദേശം.

സഹപ്രവർത്തകരിൽ പലരും മറ്റു സ്ഥാപനങ്ങളിലേക്കു ചേക്കേറിയതും *വീക്കിലി*യുടെ നടത്തിപ്പിനെ പ്രതികൂലമായി ബാധിച്ച ഘടകമാണ്.

ഇന്ദിരാഗാന്ധി, ചരൺസിംഗ്, മൊറാർജിദേശായി, തുടങ്ങിയ പ്രമുഖരും ഒരു പറ്റം അഭ്യുദയകാംക്ഷികളും ദൃക്സാക്ഷികളാകുന്ന ശോകമൂകമായ അന്തരീക്ഷത്തിൽ *വീക്കിലി*യുടെ ട്രേഡ്മാർക്കായ "ചെണ്ടക്കാരൻ"ഭാണ്ഡക്കെട്ടും ബ്രഷുമായി കഴുതപ്പുറത്ത് കയറി വിദൂരതയിലേക്കുപോയി മറയുന്ന ചിത്രമാണ് 1975 ആഗസ്റ്റ് 31 ന് പുറത്തിറങ്ങിയ അവസാന ലക്കത്തിന്റെ കവർ.

ചിരിപ്പിക്കാനും, ചിന്തിപ്പിക്കാനും മാത്രമല്ല കാർട്ടൂണിന് കണ്ണിൽ നനവുപടർത്താനുമുള്ള ശക്തിയുണ്ടെന്ന് അന്ന് ആദ്യമായി തെളിയിക്കപ്പെട്ടു. ലോക കാർട്ടൂൺ ചരിത്രത്തിൽ തന്നെ ഇത് അത്യപൂർവ്വമായ അനുഭവമായി. വളരെ ഹൃദയസ്പർശിയായ ഒരു വിടവാങ്ങൽ.

താൻ ജന്മം നൽകിയ ബഡാസാഹിബ്, മേംസാഹിബ് എന്നീ കഴുതകളുടെ തല്ലുവാങ്ങി ശങ്കർ നെട്ടോട്ടമോടുന്ന രസകരമായ ഒരു ചിത്രവും ഈ ലക്കത്തിലുണ്ട്. "അയാളെ തല്ലാൻ കിട്ടുന്ന അവസാന സന്ദർഭമാണിത്." എന്ന തലക്കെട്ടോടെ. ഏറെ പ്രശ സ്തമായ ചിത്രങ്ങളിലൊന്നാണിത്.

12

കുട്ടികളുടെ ശങ്കറമ്മാവൻ

ഇന്ത്യക്കാർക്കു നർമ്മം തീരെയില്ലെന്നു തോന്നിയതു കൊണ്ടും രാഷ്ട്രീയക്കാരെ ഗുണദോഷിച്ചതുകൊണ്ട് നാടുനന്നാവില്ലെന്നു ബോധ്യമായതുകൊണ്ടും അവസാനകാലങ്ങളിൽ ശങ്കർ കാർട്ടൂണുകൾ വരച്ചതേയില്ല. പിഞ്ചു കുഞ്ഞുങ്ങളുടെ നിഷ്കളങ്കമായ ലോകത്ത് അവർക്കൊപ്പം ഒരാളാകുകയായിരുന്നു അദ്ദേഹം.

പുറമേ അൽപ്പം ഗൗരവക്കാരനാണെന്നു തോന്നാമെങ്കിലും കൊച്ചു കുട്ടികളോട് അതിരറ്റ വാത്സല്യമായിരുന്നു അദ്ദേഹത്തിന്. കുഞ്ഞുങ്ങൾക്കും കുഞ്ഞുമനസ്സുകൾക്കുമായി അദ്ദേഹം തന്റെ ശിഷ്ട ജീവിതം പകുത്തു നൽകി. കുട്ടികളുടെ കയ്യിലാണു ലോകത്തിന്റെ ഭാവി സുഭദ്രവും സുരക്ഷിതവുമായിരിക്കുക എന്നു കണ്ടറിഞ്ഞ ആളായിരുന്നു ശങ്കർ. ഇതാണ് മുതിർന്നവരുടെ വിഷയങ്ങളിൽനിന്നും ശിശുക്കളിലേക്കു തിരിയാൻ അദ്ദേഹത്തെ പ്രേരിപ്പിച്ചത്. "വളവും വെള്ളവും വേണ്ടത് വൃക്ഷത്തിന്റെ വേരിനാണ്. കൂമ്പിനല്ല" ശങ്കറിന്റെ ദർശനം അതായിരുന്നു.

കുട്ടികൾക്ക് വിജ്ഞാനത്തിനും വിനോദത്തിനും ബുദ്ധിവികാസത്തിനും ഉപകരിക്കുന്ന സരളവും ലളിതവും ആകർഷകവുമായ പ്രസിദ്ധീകരണങ്ങൾ ശങ്കറിന്റെ ചിരകാല സ്വപ്നമായിരുന്നു. സമാന ചിന്താഗതിക്കാരായ പലരുമായും അദ്ദേഹം ചർച്ച നടത്തി. സാമ്പത്തികം വിലങ്ങുതടിയായപ്പോൾ സഹായഹസ്തവുമായി ഓടിയെത്തിയത് സാക്ഷാൽ പണ്ഡിറ്റ്ജിയാണ്. അങ്ങനെയാണ് 1959-ൽ ചിൽഡ്രൻസ് ബുക്ക്ട്രസ്റ്റ് യാഥാർഥ്യമാകുന്നത്. കോമളനായർ എഴുതിയ *വീട്* ആയിരുന്നു ട്രസ്റ്റിന്റെ ആദ്യപുസ്തകം. നെഹ്റുവിന്റെ മരണശേഷം ബുക്ക്ട്രസ്റ്റ് ബിൽഡിംഗ് നെഹ്റു ഹൗസായി.

*ശങ്കേഴ്സ് വീക്കിലി*യുടെ ആഭിമുഖ്യത്തിൽ നടത്തപ്പെടുന്ന കുട്ടികളുടെ അന്താരാഷ്ട്ര ചിത്രരചനാ മത്സരവും ചരിത്രസംഭവമായി മാറി. വിവിധ

രാഷ്ട്രങ്ങളിൽ നിന്നായി പതിനായിരത്തിലേറെ കുട്ടികളാണ് വർഷംതോറും ഈ മത്സരങ്ങളിൽ പങ്കുചേരാനെത്തുന്നത്. അതോടെ ചാച്ചാ നെഹ്റുവിനെപ്പോലെ ശങ്കറമ്മാവനും ഭാരതത്തിനകത്തും പുറത്തുമുള്ള കുരുന്നുകളുടെ കളിത്തോഴനായി മാറുകയായിരുന്നു.

വിവിധ വിദേശ രാഷ്ട്രങ്ങളിൽ നിന്നും ശേഖരിച്ചിട്ടുള്ള പതിനായിരത്തോളം പാവകളുള്ള "ഡോൾസ് മ്യൂസിയം" ശങ്കറിന്റെ ഈടുറ്റ സംഭാവനകളിലൊന്നാണ്. ലോകത്തിലെ ഏറ്റവും കൂടുതൽ

കുട്ടികളുടെ ചാച്ചാനെഹ്രു

കോസ്റ്റ്യൂം ഡോൾസുള്ള ഈ മ്യൂസിയത്തിന്റെ തുടക്കം, ഹംഗറിയിൽനിന്നും ശങ്കറിന് സമ്മാനമായിക്കിട്ടിയ ഒരു പാവയിൽനിന്നാണ്. വിവിധ രാജ്യങ്ങളിലെ വധൂവരന്മാരും വിവിധ ജനവിഭാഗങ്ങളുടെ വസ്ത്രധാരണരീതികളും നൃത്ത നൃത്ത്യങ്ങളും ആദിവാസിക്കൂട്ടങ്ങളുമെല്ലാം ഇന്ന് ഈ മ്യൂസിയത്തിൽ സ്ഥാനം പിടിച്ചിട്ടുണ്ട്. ആയിരക്കണക്കിനു സന്ദർശകരാണ് നിത്യവും ഇവിടെ എത്തുന്നത് നെഹ്റു സംഭാവന ചെയ്ത ധാരാളം പാവകൾ മ്യൂസിയത്തിൽ പ്രത്യേകം സജ്ജീകരിച്ചിട്ടുണ്ട്.

ചിൽഡ്രൻസ് ബുക്ക്ട്രസ്റ്റ് ഇതിനോടകം വിവിധഭാഷകളിലായി രണ്ടായിരത്തിൽപ്പരം ബാലസാഹിത്യ കൃതികൾ പ്രസിദ്ധീകരിച്ചു കഴിഞ്ഞു. *മുത്തച്ഛനോടൊപ്പം, അമ്മ അമ്മേതന്നെ, സുജാതയും കാട്ടാ*

ഡോൾസ് മ്യൂസിയം

നയും, ഹാരിയും മറ്റ് ആനകളും, പഞ്ചതന്ത്ര കഥകൾ തുടങ്ങി അൻപതോളം കൃതികൾ ശങ്കർ പലപേരുകളിൽ രചിച്ചിട്ടുണ്ട്. ഇവയ്ക്ക് ചിത്രീകരണം നടത്തിയിട്ടുള്ളതും അദ്ദേഹം തന്നെയാണ്. ഡൽഹിയിലെ ബഹദൂർഷാ മാർഗ് ആസ്ഥാനമായി പ്രവർത്തിക്കുന്ന ചിൽഡ്രൻസ് ബുക്ക് ട്രസ്റ്റിന് ചെന്നൈയിലും കൽക്കട്ടയിലും ശാഖകളുണ്ട്. ഇന്ദ്രപ്രസ്ഥ പ്രസ്സും ആർട് & ബുക്ക് പബ്ലിഷിംഗ് അക്കാഡമിയും ഡോ. ആർ സി റോയി ചിൽഡ്രൻസ് ലൈബ്രറിയും അനുബന്ധ സ്ഥാപനങ്ങളാണ്. ചിൽഡ്രൻസ് ബുക്ക് ട്രസ്റ്റിന്റെ *ചിൽഡ്രൻസ് വേൾഡ്* എന്ന കുട്ടികളുടെ മാസികയും നല്ല നിലയിൽ നടന്നുവരുന്നു. ഇന്ന് ചിൽഡ്രൻസ് ബുക്ക് ട്രസ്റ്റിന്റെയും അനുബന്ധസ്ഥാപനങ്ങളുടെയും കാര്യങ്ങൾ നോക്കി നടത്തുന്നത് ശങ്കർ-തങ്കം ദമ്പതിമാരുടെ മക്കളായ രവിശങ്കറും യമുനയും ശാന്തയും ലീലയുമാണ്.

ശങ്കേഴ്സ് ചിൽഡ്രൻസ് സെന്റർ

13

"ശങ്കർ എന്നെ വെറുതേ വിടരുത്"

ശങ്കർ ഏറ്റവുമധികം വരച്ചത് തന്റെ ആത്മമിത്രമായ നെഹ്റുവിനെയാണ്. 1500–ൽപ്പരം ചിത്രങ്ങൾ. അതിൽ നിന്നു തെരഞ്ഞെടുത്ത 400 ചിത്രങ്ങളുടെ സമാഹാരമാണ് *ഡോണ്ട് സ്പെയർ മീ ശങ്കർ*. കാലത്തിന്റെ കണ്ണാടിയാകുന്ന ഈ ബൃഹത്തായ ഗ്രന്ഥം പുറത്തിറക്കിക്കൊണ്ട് പ്രധാനമന്ത്രി ഇന്ദിരാഗാന്ധി പറഞ്ഞു:

> പണ്ഡിറ്റ് നെഹ്റുവിനെപ്പോലെ നർമ്മം ആസ്വദിച്ചിരുന്ന മറ്റൊരു ഭരണാധികാരി നമുക്കുണ്ടായിട്ടില്ല . ദൈനംദിന ജീവിതത്തിൽ നർമ്മവും ഗൗരവവും ഒരേപോലെ സമന്വയിപ്പിച്ചുകൊണ്ടു പോകുന്നവർക്കേ ജീവിതവിജയം നേടാനാവൂ എന്നു വിശ്വസിച്ച അദ്ദേഹം ഏറെ ഇഷ്ടപ്പെട്ടത് സമാന ചിന്താഗതിക്കാരുടെ സൗഹൃദവും സാമീപ്യവുമാണ്. ഇന്ന് കാർട്ടൂൺ നമ്മുടെ നിത്യജീവിതത്തിന്റെ ഭാഗമാണ്. പണ്ഡിറ്റ്ജിയുടെ കാലത്ത് ചിരിയും ചിന്തയുമായി അദ്ദേഹത്തിന്റെ തോളുരുമ്മി നടന്നയാളാണു ശങ്കർ. പണ്ഡിറ്റ്ജിയുമായി വളരെയടുത്ത ആത്മബന്ധംപുലർത്തിയിരുന്ന ശങ്കർ പക്ഷേ, അദ്ദേഹത്തിന്റെ കടുത്ത വിമർശകൻ കൂടിയായിരുന്നു. തെറ്റു കാണുമ്പോൾ നിഷ്കരുണം പരിഹസിക്കാനും, അടുത്ത നിമിഷം തലോടാനും അദ്ദേഹം മടിച്ചിട്ടില്ല. ഈ സമാഹാരം ഒരു കാലഘട്ടത്തിന്റെ നേർക്കാഴ്ചയാണ്. തീ പാറുന്ന പോരാ

ട്ടങ്ങൾക്കിടയിലുണ്ടായിട്ടുള്ള നർമ്മ മുഹൂർത്തങ്ങളുടെ ഘോഷയാത്രയാണ്. ഈ വരകൾ എക്കാലവും പ്രസക്തമായി നിലനിൽക്കുക തന്നെ ചെയ്യും.

ഹിന്ദി ഭാഷാജ്ഞാനമില്ലാത്തതിനാൽ ആഗ്രാ മുനിസിപ്പാലിറ്റിയിലെ ചില ഉദ്യോഗസ്ഥന്മാരെ പിരിച്ചുവിട്ട നടപടിയുമായി ബന്ധപ്പെടുത്തി 1948 ജൂൺ 20 ന് ശങ്കർ വരച്ച "ഹിന്ദി ടെസ്റ്റ്" എന്ന കാർട്ടൂണാണ് സമാഹാരത്തിൽ ഒന്നാമത്. അക്കാലത്ത് നെഹ്റുവിന്റെ ക്യാബിനറ്റിൽ ഭൂരിപക്ഷം പേരും ഹിന്ദി അറിഞ്ഞുകൂടാത്ത ദക്ഷിണേന്ത്യക്കാരായിരുന്നു. അവരെ നെഹ്റു ഹിന്ദി പഠിപ്പിക്കുന്നതാണു രംഗം. "ഹിന്ദി അറിയാത്ത ഇവരെ എന്തുകൊണ്ടു പിരിച്ചുവിടുന്നില്ല" എന്ന് കാർട്ടൂണിസ്റ്റിന്റെ ചോദ്യവും .

രാഷ്ട്രീയ സംഭവങ്ങളെ ശങ്കർ ഹാസ്യാത്മകമായി തളച്ചിടുകയാണ് ഈ ചിത്രങ്ങളിൽ. ശങ്കർ വരച്ച ആയിരക്കണക്കിന് ഹാസ്യചിത്രങ്ങളിൽ നിന്നും തിരഞ്ഞെടുത്ത ഈ കാർട്ടൂണുകൾ വെറും നേരമ്പോക്കുകളായി ചിരിച്ച് തള്ളാനുള്ളവയല്ല. അവയിൽ ചിലത് കാലത്തെ അതി ജീവിക്കുകയും ചെയ്യുന്നു.

നെഹ്റുവാണ് പ്രധാന താരമെങ്കിലും വിനോബാഭാവേ, വൈ ബി ചവാൻ, ചൗ എൻലായി മൊറാർജി ദേശായി, ഇന്ദിരാഗാന്ധി, വി വി ഗിരി, അംബേദ്കർ, എ കെ ജി ജോൺ എഫ് കെന്നഡി, കാമരാജ്, എൻ ശ്രീകണ്ഠൻനായർ, ജയപ്രകാശ് നാരായൺ, രാജ

ഹിന്ദി ടെസ്റ്റ് (1948)

ഗോപാലാചാരി, ജഗജ്ജീവൻ റാം, ലാൽ ബഹദൂർ ശാസ്ത്രി തുടങ്ങി ആ കാലഘട്ടത്തിലെ രാഷ്ട്രീയ സാംസ്കാരിക നേതാക്കളെ യൊന്നും ശങ്കർ വെറുതെ വിടുന്നില്ല.

ഒച്ചിന്റെ വേഗതയിൽ ഭരണഘടനയുടെ കരടുരൂപമെഴുതിയു ണ്ടാക്കുന്ന അംബേദ്കർ, വിദേശ സന്ദർശനത്തിനിടെ സമയനിഷ്ഠപാലിക്കാൻ ശരീരം മുഴുവൻ വിവിധ രാഷ്ട്രങ്ങളിലെ വാച്ചു ധരിച്ചു നടക്കുന്ന നെഹ്റു, തന്റെ ജന്മദിനത്തിൽ കുട്ടികൾക്കിടയിൽ മറ്റൊരു കുട്ടിയായി കളിച്ചു തിമിർക്കുന്ന നെഹ്റു, പൊതുമേഖല, സ്വകാര്യമേഖല എന്നീ രണ്ടു ഭാര്യമാർക്കിടയിൽ നട്ടം തിരിയുന്ന നെഹ്റു, മന്ത്രിസഭാ വികസനം സ്വപ്നംകണ്ട് നെഹ്റുവിന്റെ ആഫീസിനു മുന്നിൽ ക്യൂ നിൽക്കുന്ന കസേരമോഹികൾ, ഭാഷാപ്രശ്നമാകുന്ന ചിലന്തിവലയിൽ പെട്ട് ശ്വാസംമുട്ടുന്ന പൂമ്പാറ്റയായി നെഹ്റു. നെഹ്റുവിനുശേഷം ആര് എന്നതിനെചൊല്ലി വഴക്കടിക്കുന്ന സഹോദരി വിജയലക്ഷ്മി പണ്ഡിറ്റും മകൾ ഇന്ദിരയും അങ്ങനെ ഓരോരോ സന്ദർഭങ്ങളിൽ അവിസ്മരണീയങ്ങളായി തീർന്ന എത്ര യെത്ര രൂപങ്ങൾ, ഭാവങ്ങൾ. ഒരു കാർട്ടൂൺ സമാഹാരമെന്നതിനേക്കാൾ നെഹ്റുയുഗത്തിന്റെ സമ്പൂർണ്ണ ചരിത്രം കൂടിയാണിത്. കാർട്ടൂണിസ്റ്റുകളുടെ ബൈബിൾ എന്നോ പാഠപുസ്തകമെന്നോ ഈ കൃതി വിശേഷിപ്പിക്കപ്പെടുന്നു. 1931 മുതൽ 1937 വരെയുള്ള കാലത്ത് *ഹിന്ദുസ്ഥാൻ ടൈംസിൽ* ശങ്കർ വരച്ച 101 കാർട്ടൂണുക ളുടെ സമാഹാരത്തിനും രാജ്യാന്തര പ്രശസ്തി നേടാനായി.

14

ബഹുമതികൾ, പുരസ്കാരങ്ങൾ

പത്രപ്രവർത്തനരംഗത്ത് ശങ്കർ നൽകിയ സമഗ്രസംഭാവനകളെ മാനിച്ച് 1956-ൽ ഭാരതസർക്കാർ പരമോന്നത ബഹുമതികളിലൊന്നായ പത്മശ്രീ അദ്ദേഹത്തിനു സമ്മാനിച്ചു. തുടർന്ന് 1966-ൽ പത്മഭൂഷണും, 1976-ൽ പത്മവിഭൂഷണും. ഈ മൂന്നു പത്മപുരസ്കാരങ്ങൾ നൽകി ആദരിക്കപ്പെടുന്ന ആദ്യത്തെ ഇന്ത്യാക്കാരനാണു ശങ്കർ.

ലോകത്തെമ്പാടുമുള്ള കുട്ടികളുടെ സർവ്വതോമുഖമായ ഉന്നമനത്തിന് നിസ്വാർത്ഥസേവനമനുഷ്ഠിക്കുന്ന വ്യക്തികൾക്കുള്ള "ദി ഓർഡർ ഓഫ് സ്മൈൽ" ബഹുമതി ലഭിക്കുന്ന ആദ്യത്തെ ഭാരതീയനാണു ശങ്കർ. "ശ്രേഷ്ഠമായതിൽ വെച്ചേറ്റവും ശ്രേഷ്ഠം" എന്ന് ഈ അവാർഡ് വിശേഷിപ്പിക്കപ്പെടുന്നു. പോളണ്ടിലെ വാഴ്സ ആസ്ഥാനമായുള്ള "ചാപ്റ്റർ ഓഫ് ദി ഓർഡർ ഓഫ് സ്മൈൽ" എന്ന കുട്ടികളുടെ സംഘടനയാണ് അവാർഡിനു പരിഗണിക്കേണ്ടവരെ തിരഞ്ഞെടുക്കുന്നത്. വിവിധ രാഷ്ട്രങ്ങളിൽ നിന്നുള്ള വിദ്യാർത്ഥികളുടെ പ്രതിനിധികളും ലോകപ്രശസ്ത കലാ-സാംസ്കാരിക പ്രവർത്തകരും ശാസ്ത്രജ്ഞന്മാരും രാഷ്ട്രീയനേതാക്കളും സന്നിഹിതരാകുന്ന വർണ്ണപ്പകിട്ടാർന്ന സമ്മേളനത്തിലാണ് "ചിരിക്കുന്ന സൂര്യൻ" എന്ന ബഹുമതിപ്പതക്കം സമ്മാനിക്കപ്പെടുന്നത്.

ശങ്കറിന്റെ സ്മരണക്കായി ഭാരതസർക്കാർ പുറത്തിറക്കിയ തപാൽസ്റ്റാമ്പും കവറും

അവാർഡ് ജേതാവിനെ പുളിയുള്ള നാരങ്ങാനീര് കുടിപ്പിക്കുന്ന രസകരമായ ചടങ്ങും ഇതിനോടനുബന്ധിച്ചുണ്ട് – ചിരിച്ചുകൊണ്ടു വേണം അതു കുടിച്ചു തീർക്കേണ്ടത്. 1977–ൽ ശങ്കർ ഈ അന്താരാഷ്ട്ര ബഹുമതിക്ക് അർഹനായി എങ്കിലും, സമ്മാനം ഏറ്റുവാങ്ങിയത് 1980 ലാണ്.

1979–ൽ യു എൻ എ അവാർഡ്, 1980–ൽ ഹംഗേറിയൻ ഇൻസ്റ്റിറ്റ്യൂട്ടിന്റെ അവാർഡ്, ചെക്കോസ്ലോവാക്യൻ ഗവൺമെന്റ് അവാർഡ് തുടങ്ങിയ ഒട്ടേറെ ബഹുമതികൾ ലഭിച്ച അദ്ദേഹത്തെ 1984–ൽ ഡൽഹി യൂണിവേഴ്സിറ്റി ഡി.ലിറ്റ് നൽകി ആദരിച്ചു. ഇതുകൂടാതെ രാജ്യത്തിനകത്തുനിന്നും പുറത്തുനിന്നും അദ്ദേഹത്തെ തേടിയെത്തിയ അംഗീകാരങ്ങൾ നിരവധിയാണ്. ഈ അനുഗൃഹീത കലാകാരനോടുള്ള ബഹുമാനസൂചകമായി തപാൽ സ്റ്റാമ്പും പുറത്തിറക്കിയിട്ടുണ്ട്.

15

ചിരിവരയുടെ ആചാര്യൻ

"**ആ**യിരത്തി തൊള്ളായിരത്തി അറുപത്തിമൂന്ന് മുതൽ 1969 വരെ ശങ്കറിന്റെ ഡൽഹിയിലെ *ശങ്കേഴ്സ് വീക്കിലി*യിലെ തടങ്കൽ പാളയത്തിലാണു ഞാൻ കഴിഞ്ഞത്. അഴിയെണ്ണുന്നതുപോലെ ബ്രഷുകൾ എണ്ണിയാണു ഞാൻ കഴിച്ചുകൂട്ടിയത്. കാർട്ടൂൺകാരനായ ശങ്കറുമായി ഇണങ്ങിപ്പോകാൻ വിഷമമാണെന്ന് പലരും നാട്ടിൽവച്ചുതന്നെ എനിക്കു മുന്നറിയിപ്പു തന്നിരുന്നു; ഒരു വർഷമോ ആറുമാസമോ - അതിൽ കൂടുതൽ ശങ്കറിനോടൊപ്പം ജോലിചെയ്യുക പ്രയാസമായിരിക്കുമെന്നും" കാർട്ടൂൺ വരയിൽ ശങ്കറിനുണ്ടാ

യിരുന്ന പട്ടാളച്ചിട്ടകളെപ്പറ്റി അദ്ദേഹത്തിന്റെ ശിഷ്യനായ പ്രശസ്ത കാർട്ടൂണിസ്റ്റ് യേശുദാസൻ ഓർക്കുന്നതിങ്ങനെയാണ്:

> ചർച്ചിലിന്റെ ചുരുട്ടും ഫ്രാൻസിലെ മുൻ പ്രസിഡന്റ് ഡിഗാളിന്റെ തൊപ്പിയും, മുൻ പ്രധാനമന്ത്രി ലാൽ ബഹദൂർ ശാസ്ത്രിയുടെ ഉയരക്കുറവും, മൊറാർജിദേശായിയുടെ വലിയ ചെവിയും ഞെളിവും കയ്യിലെ വടിയും, വി കെ കൃഷ്ണമേനോന്റെ ചുരുണ്ട മുടിയും ഊന്നുവടിയും, ഇ എം എസിന്റെ നമ്പൂരി ശൈലിയിലുള്ള വളഞ്ഞകാലും, നെഹ്റുവിന്റെ കുപ്പായത്തിലെ റോസാപ്പൂവും എല്ലാം സൂക്ഷ്മനിരീക്ഷണത്തോടു കൂടിയും കൃത്യതയോടെയും വരയ്ക്കണമെന്ന് ശങ്കറിനു നിർബ്ബന്ധമായിരുന്നു – *ശങ്കേഴ്സ് വീക്കിലി*യിലെ ട്രെയിനിംഗ് പിരിയഡ് ഒന്നാം തരം അനുഭവമായിരുന്നു. വിദേശ കാർട്ടൂണുകളിലൂടെ പുതുമയുടെ ഒരു ലോകവും എനിക്കു പരിചയപ്പെടാൻ കഴിഞ്ഞു. ഒരു കാർട്ടൂണിസ്റ്റെന്ന നിലയിൽ അതായിരുന്നു ശരിയായ പരിശീലനകാലം.

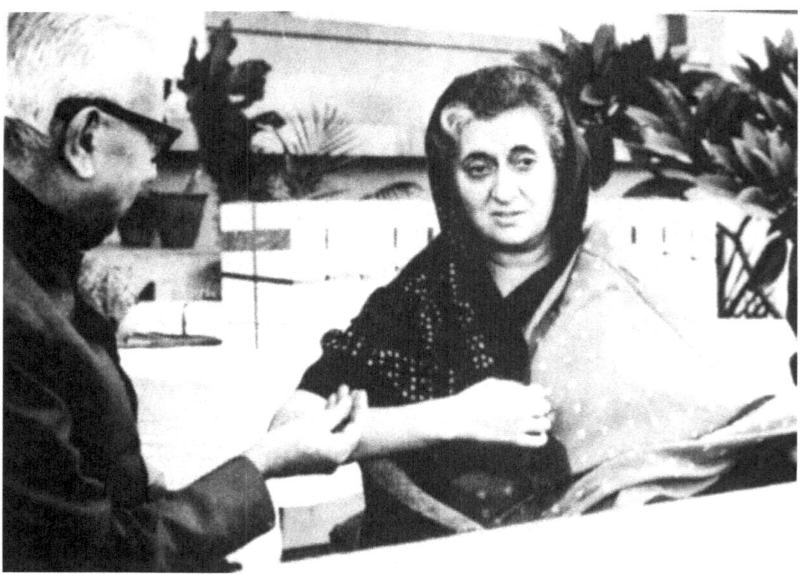

ശങ്കർ ഇന്ദിരാഗാന്ധിയോടൊപ്പം

ഇന്ത്യയിലെ മൂന്നു മുൻപ്രധാന മന്ത്രിമാരെ അടുത്തറിയാനുള്ള ഭാഗ്യം ലഭിച്ചതും ശങ്കറിനോടൊപ്പം ജോലി ചെയ്ത കാലത്തായിരുന്നുവെന്ന് യേശുദാസൻ ഓർക്കുന്നു.

> നെഹ്റുവും ശങ്കറും പിച്ചിനോവിക്കുന്നതും പരിഭവം പറയുന്നതും ഞാൻ കണ്ടിട്ടുണ്ട്. ഒരു ദിവസം ശങ്കറിന്റെ ഓഫീസ് സന്ദർശിച്ച ഇന്ദിരാഗാന്ധി അവിടെ കാലുതെറ്റി വീണ രംഗം ഇപ്പോഴുമോർക്കുന്നു. വിദ്യാർത്ഥികളായിരുന്ന രാജീവ് ഗാന്ധിയും സഞ്ജയ് ഗാന്ധിയും ശങ്കറിനുചുറ്റും ഓടിക്കളിക്കുന്ന രംഗവും ഓർമ്മവരുന്നു.
>
> നെഹ്റു ഹൗസിനുമുമ്പിൽ ഇറങ്ങിനിന്നു ബഹദൂർഷാ സഫർ റോഡിലേക്കു നോക്കി കൈകൾ മുമ്പിൽ കെട്ടി വിരലുകൾ ഇട്ടടിക്കുന്ന രൂപം ആർക്കും മറക്കാൻ കഴിയില്ല. പലപ്പോഴും അഴിഞ്ഞുനിലത്തു കിടക്കുന്ന അദ്ദേഹത്തിന്റെ ഷൂലേസും ശ്രദ്ധേയമാണ്. അദ്ദേഹത്തിന്റെ ഷൂവിന്റെ ലേസ് അഴിപ്പാൻപോലും നമ്മൾ (കാർട്ടൂണിസ്റ്റുകൾ) യോഗ്യരല്ല. യേശുദാസൻ പറയുന്നു.

ജനങ്ങളുടെ വേഷവിധാനവും മുഖഭാവങ്ങളും അടുത്തറിയാനായി ഡൽഹിയിലെ തിരക്കേറിയ റോഡുകളിലൂടെ നടക്കുന്ന ശീലം ശങ്കറിനുണ്ടായിരുന്നു. സവിശേഷ മുഖഭാവങ്ങളുള്ളവരെ ഒരു കൊച്ചുകുട്ടിയുടെ ജിജ്ഞാസയോടെ നോക്കി നിൽക്കും. ആൾക്കാരുടെ നടപ്പും നോട്ടവും സംസാരവുമൊക്കെ ശ്രദ്ധിക്കാൻ ശങ്കറിന് പ്രത്യേക താൽപര്യമായിരുന്നു.

ആശയങ്ങൾക്കു ദാരിദ്ര്യം വരുമ്പോഴൊക്കെ അദ്ദേഹം വരനിർത്തി റോഡിലിറങ്ങി നടക്കും. ആ യാത്രയിൽ നിന്ന് പുതിയ എന്തെങ്കിലും ലഭിക്കും. പിന്നെ ധൃതിയിൽ തന്റെ മുറിയിലെത്തും.

അഞ്ചു പത്തു മിനിട്ടിനുള്ളിൽ ചിത്രം റെഡി. കാരിക്കേച്ചറുകൾ വരയ്ക്കാൻ അദ്ദേഹത്തിന് കേവലം മിനിട്ടുകൾ മതി.

വിഷയദാരിദ്ര്യം കാരണം *വീക്കിലി*യുടെ പ്രസിദ്ധീകരണം ഒന്നോ രണ്ടോ ദിവസം നീട്ടിവയ്ക്കേണ്ട സന്ദർഭങ്ങളും ഉണ്ടായിട്ടുണ്ട്.

ശങ്കറിന്റെ കാർട്ടൂണുകളിൽ എപ്പോഴും ഒരു ആൾക്കൂട്ടമുണ്ടാവും. പ്രധാന കഥാപാത്രങ്ങളോടൊപ്പം കാഴ്ചക്കാരായി ധാരാളം പേർ– ആരുടേയും തല മാത്രമായി വരയ്ക്കാറില്ല. എന്തിനും ഏതിനും പൂർണ്ണത വേണമെന്ന നിർബന്ധം. കഥാപാത്രങ്ങളുടെ വേഷഭൂഷാദികളും നിൽപ്പും നടപ്പുമെല്ലാം ഇത്ര കൃത്യതയോടെ ഒപ്പിയെടുക്കുന്ന മറ്റൊരു കാർട്ടൂണിസ്റ്റ് ഉണ്ടായിട്ടില്ല. കാർട്ടൂണിൽ പ്രധാന കഥാപാത്രങ്ങളുടെ സ്ഥാന നിർണ്ണയത്തിനാണ് അദ്ദേഹം സമയം അധികം എടുത്തിരുന്നതെന്ന് പഴയ സഹപ്രവർത്തകർ ഓർക്കുന്നു. മൂവ്മെന്റും ആക്ഷനും നിശ്ചയിച്ച ശേഷം മറ്റ് അപ്രധാന കഥാപാത്രങ്ങളെക്കൊണ്ട് പശ്ചാത്തലമാകെ കുത്തി നിറയ്ക്കും. പലതരം സ്ക്രീൻപേപ്പർ ഒട്ടിച്ചു ഭംഗി വരുത്തും. *ശങ്കേഴ്സ് വീക്കിലി*യുടെ ഓരോ ലക്കത്തിന്റെയും പേജ് ലേ–ഔട്ടിലും, ലേഖനങ്ങളുടെ തലക്കെട്ടിൽ പോലും കാർട്ടൂണിസ്റ്റ് ശങ്കർ എന്ന സർഗധനനായ കലാകാരന്റെ വിരലടയാളമുണ്ട്.

ലെജിസ്ലേറ്റീവ് അസംബ്ലിയിലും വൈസ്രോയിയുടെ കൗൺസിലിലും യോഗസ്ഥലങ്ങളിലും അദ്ദേഹം സ്ഥിരം സന്ദർശകനായിരുന്നു. കാർട്ടൂണിനു വിഷയമാക്കേണ്ടവരെ സൂക്ഷ്മമായി പഠിച്ചിട്ടല്ലാതെ അദ്ദേഹം വര തുടങ്ങാറില്ല. നേതാക്കന്മാരുടെ ശരീരത്തിലുള്ള മറുകും പുള്ളികളും, ചെവിയിലെ രോമത്തിന്റെ എണ്ണം പോലും അദ്ദേഹത്തിന് മനഃപാഠമായിരുന്നു. ഇന്ദിരാഗാന്ധിയെ വര

യ്ക്കുമ്പോൾ തലയിലെ നര എത്രയെന്നു കൃത്യമായി വരച്ചിരിക്കണമെന്ന് നിർബന്ധമുള്ള വ്യക്തിയായിരുന്നു ശങ്കർ.

അവശനായി തീർന്ന അവസാനനാളുകളിലും വീട്ടിലെ ഗേറ്റിൽ പിടിച്ച് അദ്ദേഹം പുറത്തു നോക്കി മണിക്കൂറുകൾ നിൽക്കുമായിരുന്നു – അതുവഴി പോകുന്നവരുടെ മുഖവും പ്രത്യേകതകളും പഠിക്കാൻ. ശങ്കർ ഒരു നല്ല ഫോട്ടോഗ്രാഫർ കൂടിയായിരുന്നു. പ്രമുഖ വ്യക്തികളുടെ വിവിധ പോസുകളിലുള്ള അപൂർവ്വ ചിത്രങ്ങളുടെ ശേഖരം അദ്ദേഹത്തിന്റെ പക്കലുണ്ടായിരുന്നു. കാർട്ടൂൺ വരയ്ക്കുമ്പോൾ ഇത് സമീപത്തുതന്നെയുണ്ടാകും.

ശങ്കർ വരയ്ക്കുമ്പോൾ മഷി വീഴാതിരിക്കാൻ ഷർട്ടിനു പുറത്ത് ഇരുണ്ട നീലനിറമുള്ള കോട്ടു ധരിക്കും. പത്രമാഫീസിൽ അദ്ദേഹത്തിന് പ്രത്യേക മുറിയുണ്ട്. ഡ്രോയിംഗ് ബോർഡിൽ ഉറപ്പിച്ച വിലകൂടിയ വെള്ള പേപ്പറിൽ ബ്രഷുപയോഗിച്ചാണു വരയ്ക്കുക. "വര മെച്ചപ്പെടുത്തുവാൻ ബ്രഷിൽ തുടങ്ങുക ബ്രഷിൽ തുടരുക" എന്ന് അദ്ദേഹം ശിഷ്യന്മാരെ ഉപദേശിച്ചിരുന്നു. വര ശരിയായില്ലെങ്കിൽ അദ്ദേഹം ബ്ലേഡുകൊണ്ട് അതു ചുരണ്ടിക്കളയും. പെർഫെക്ഷനിൽ ശ്രദ്ധിച്ചിരുന്ന അദ്ദേഹം ചില ചിത്രങ്ങൾ എത്രയോ പ്രാവശ്യം മാറ്റി വരച്ചിട്ടുണ്ട്. കാർട്ടൂണിന്റെ ആശയം സാധാരണവായനക്കാരനുപോലും മനസ്സിലാകുന്ന രീതിയിൽ ലളിതമായിരിക്കണമെന്നും, ഒരു പെയിന്റിംഗുപോലെ കടലാസ് നിറഞ്ഞിരിക്കണമെന്നുമായിരുന്നു ശങ്കറിന്റെ പക്ഷം.

വരയ്ക്കുമ്പോൾ തികഞ്ഞ ഏകാഗ്രതവേണമെന്ന് അദ്ദേഹത്തിനു നിർബന്ധമുണ്ടായിരുന്നു. ശല്യപ്പെടുത്തുന്നത് ഇഷ്ടമേ

അടിയന്തരാവസ്ഥക്കാലത്ത് ശങ്കർ വരച്ച ഒരു കാർട്ടൂൺ
ഇതു കടിക്കുമോ?

അല്ല. വരയ്ക്കുമ്പോൾ ചിത്രത്തിലെ കഥാപാത്രങ്ങളുമായി അദ്ദേഹം താദാത്മ്യം പ്രാപിക്കും. അവരുടെ വിവിധ ഭാവങ്ങൾ ശങ്കറിന്റെ മുഖത്തും മിന്നിമറയും - കഥാപാത്രങ്ങൾക്കൊപ്പം ചിലപ്പോൾ വിതുമ്പും ചിലപ്പോൾ കോപംകൊണ്ടു വിറയ്ക്കും, പൊട്ടിച്ചിരിക്കും.

രാവിലെ കൃത്യം ഏഴരയ്ക്ക് ഓഫീസിലെത്തുന്ന ശങ്കർ വൈകുന്നേരം നാലുമണിവരെ വരയുടെയും അക്ഷരങ്ങളുടെയും ലോകത്തുതന്നെയാണ്. ദിവസേന ആറോ ഏഴോ ഇംഗ്ലീഷ് പത്രങ്ങൾ വള്ളിപുള്ളി വിടാതെ വായിച്ചു തീർക്കും. പത്രത്തിലെ ചില ഭാഗങ്ങൾ സശ്രദ്ധം വെട്ടിയെടുത്ത് ഫയലിൽ ഒട്ടിച്ചുവയ്ക്കും. ഉച്ചയ്ക്ക് കഷ്ടിച്ച് ഒരു മണിക്കൂർ വിശ്രമം. ചിലപ്പോൾ രാത്രി 2 മണിക്കുണർന്ന് ഒരു 'ബുൾസൈയും' കഴിച്ച് ആഫീസിലെത്തും. പ്യൂൺ രാംലാൽ അവിടെ ഉണ്ടാകും. ശങ്കർ ജോലി ആരംഭിക്കും.

ഇടയ്ക്കിടെ അംബാസിഡർമാരും മന്ത്രിമാരും രാഷ്ട്രീയ നേതാക്കളും മറ്റും പങ്കെടുക്കുന്ന സായാഹ്ന വിരുന്നുകൾ ശങ്കർ വീട്ടിൽ സംഘടിപ്പിക്കാറുണ്ട്. എത്ര വലിയ പ്രമാണികൾ ഉണ്ടായിരുന്നാലും മണി ഒൻപതടിക്കുമ്പോൾ കാര്യങ്ങൾ ബാക്കിയുള്ളവർക്കു വിട്ടുകൊടുത്തിട്ട് ശങ്കർ ഉറങ്ങാൻ പോകും.

പണ്ഡിറ്റ്ജിയും ഇന്ദിരാഗാന്ധിയുമാണ് ശങ്കറിന്റെ ബ്രഷിന് അനായാസം വഴങ്ങിയിരുന്നവർ. ശങ്കർ ഇവരെ കണ്ണടച്ചു വരയ്ക്കുമായിരുന്നു. വികെ കൃഷ്ണമേനോനും, മൊറാർജിയുമെല്ലാം പതിവുകഥാ

ശങ്കർ അവസാനമായി വരച്ച നെഹ്റുവിന്റെ ചിത്രം

'ഇന്ത്യ എന്റെ ഇന്ത്യ'

മിസ്റ്റർ മൊറാർജി ദേശായിയും വേൾഡ് ബാങ്ക് പ്രസിഡന്റ് ജോർജ് വുഡ്സും ഇന്ത്യയ്ക്കുള്ള സഹായത്തെക്കുറിച്ച് ചർച്ച ചെയ്തു

പാത്രങ്ങളാണ്. ശങ്കറിന്റെ 1500–ൽപ്പരം കാർട്ടൂണുകളിലെ നായകൻ നെഹ്റുവാണ്. ഒരേ വ്യക്തി, ഒരാൾ വരച്ച ഇത്രയധികം കാർട്ടൂണുകളിൽ പ്രത്യക്ഷപ്പെടുക എന്നത് കാർട്ടൂൺ ചരിത്രത്തിൽ ഒരുപക്ഷേ, ലോക റിക്കാർഡാകാം.

നെഹ്റുവിന്റെ അറുപതാം ജന്മദിനത്തിൽ മകൾ ഇന്ദിര അദ്ദേഹത്തിനു സമ്മാനിച്ച പിറന്നാൾ സമ്മാനം നെഹ്റുവിനെപ്പറ്റി ശങ്കർ വരച്ച ഇരുപതു കാർട്ടൂണുകളുടെ ഒറിജിനലുകൾ അടങ്ങിയ ആൽബമായിരുന്നു. ഈ ചിത്രങ്ങൾ ഇന്ദിര ശങ്കറിന്റെ ആഫീസിൽ നേരിട്ടു ചെന്ന് തിരഞ്ഞെടുക്കുകയായിരുന്നു– ഇതിൽപ്പരം ഒരംഗീകാരം ഇന്ത്യയിലെ മറ്റൊരു കാർട്ടൂണിസ്റ്റിനു ലഭിക്കാനില്ല.

മലയാളികളോട് അതിരറ്റ സ്നേഹമായിരുന്നു അദ്ദേഹത്തിന്. മലയാളികളായ കാർട്ടൂണിസ്റ്റുകളെ കണ്ടെത്താനും പ്രോത്സാഹിപ്പിക്കാനും അദ്ദേഹം അതീവ ശ്രദ്ധകാണിച്ചു. പിൽക്കാലത്ത് ഈ രംഗത്ത് അതികായരായിത്തീർന്ന അബു എബ്രഹാം, കുട്ടി, ഒ വി വിജയൻ, യേശുദാസൻ, കേരളവർമ്മ, ഉണ്ണി, വർഗ്ഗീസ് സാമുവൽ തുടങ്ങി അനവധി മലയാളി കാർട്ടൂണിസ്റ്റുകൾ ശങ്കറിന്റെ കാർട്ടൂൺ സർവ്വകലാശാലയിൽ നിന്നും പഠിച്ചിറങ്ങിയവരാണ്. ശങ്കറിന്റെ 70–ാം പിറന്നാളിന് പഴയ ശിഷ്യന്മാരെല്ലാം ഒത്തു

ചേർന്ന് ഒരു കാർട്ടൂൺ വരച്ച് അദ്ദേഹത്തിനു സമ്മാനിക്കുകയുണ്ടായി.

ശങ്കറിന്റെ ഡൽഹിയിലെ പുസ്തക പ്രസാധന സ്ഥാപനങ്ങളിലും മറ്റും പണിയെടുക്കുന്നവരിൽ ഭൂരിപക്ഷം പേരും മലയാളികളായിരുന്നു. തിരക്കുകൾ ഏറെയുള്ള സമയത്തുപോലും കേരളത്തിൽ നിന്നും തന്നെ കാണാനെത്തുന്നവരോട് നാട്ടിലെ വിശേഷം ചോദിച്ചറിയുമായിരുന്നു എന്ന് പഴയ സുഹൃത്തുക്കൾ ഓർക്കുന്നു. ഇംഗ്ലീഷ് ഡയലോഗുമായെത്തുന്ന മലയാളിയോടുപോലും അദ്ദേഹം പച്ച മലയാളത്തിലാണു മറുപടി പറയുക- മലയാളം സംസാരിക്കാൻ കിട്ടുന്ന അവസരങ്ങളൊന്നും അദ്ദേഹം പാഴാക്കിയിരുന്നില്ല.

ശങ്കറിന്റേത് ഒരു ഇന്റർനാഷണൽ കുടുംബമായിരുന്നു. മൂത്ത മകളെ മാത്രമേ നാട്ടുനടപ്പനുസരിച്ച് വിവാഹം കഴിപ്പിച്ചിരുന്നുള്ളു. മൂത്ത മകൻ സുകുമാരന്റെ ഭാര്യ യൂഗോസ്ലാവിയക്കാരിയും, ഇളയ മകൻ രവിയുടേത് ഗുജറാത്തിയുമാണ്. 'ചക്കി'യെന്നു ഓമനപ്പേരുള്ള ഇളയ മകൾ ലീലയെ വിവാഹം കഴിച്ചത് ഒരു ചിലിയൻ ആർട്ടിസ്റ്റാണ്.

ശങ്കർ അവസാനമായി വരച്ചതും, താൻ ധാരാളം വരച്ചിട്ടുള്ള നെഹ്റുവിന്റെ മുഖം തന്നെയാണ്. മകൻ രവിശങ്കർ ആവശ്യപ്പെട്ടതനുസരിച്ചാണ് രോഗശയ്യയിൽ കിടന്നുകൊണ്ട് ശങ്കർ ഈ ചിത്രം വരച്ചത് – മരിക്കുന്നതിന് ദിവസങ്ങൾക്കു മുൻപ്. ഇതു വരയ്ക്കുമ്പോൾ അദ്ദേഹം വികാരഭരിതനായിരുന്നു. ആ വിരലുകൾ തീർത്തും അശക്തവും. നെഹ്റുവിന്റെ മുഖം കിറുകൃത്യമായി എങ്കിലും നെഹ്റു തന്റെ കുപ്പായത്തിൽ ധരിക്കാറുണ്ടായിരുന്ന റോസാപ്പൂവിന്റെ സ്ഥാനം തെറ്റിപ്പോയി.

16

ആർക്കും മെരുങ്ങാത്ത തൂലിക

വാർദ്ധക്യസഹജമായ രോഗങ്ങളും ഒരു വീഴ്ചയിലുണ്ടായ പരിക്കും അവശനാക്കിയെങ്കിലും ശങ്കർ വെറുതെയിരിക്കാൻ കൂട്ടാക്കിയിരുന്നില്ല. കുട്ടികളുടെ ചിത്രരചനാ മത്സരങ്ങളിലും ഡോൾസ് മ്യൂസിയത്തിലുമൊക്കെ അവസാനം വരെ അദ്ദേഹം തന്റെ സജീവസാന്നിധ്യമറിയിച്ചു. കൊണാട്ട് പ്ലേസിലെ തിരക്കേറിയ വഴിയിലൂടെ സഹായിയുടെ തോളിൽ തൂങ്ങി, വടിയും കുത്തി സവാരിക്കിറങ്ങുന്ന ശങ്കർ ഡൽഹി നഗരവാസികളുടെ പതിവുകാഴ്ചകളിലൊന്നായിരുന്നു.

ഡൽഹിയിൽ സ്ഥിരതാമസമായതിൽ പിന്നെ ശങ്കർ അപൂർവ്വ

മായേ കേരളത്തിൽ വരാറുണ്ടായിരുന്നുള്ളൂ. പതിനേഴ് വർഷത്തെ ഇടവേളയ്ക്കുശേഷം അദ്ദേഹം 1985–ൽ ചികിത്സാർത്ഥമാണ് നാട്ടിലെത്തിയത്. കായംകുളത്തെ തന്റെ പഴയ വിദ്യാലയം സന്ദർശിക്കാനും അവിടുത്തെ കുട്ടികളുമായി ഓർമ്മകൾ പങ്കിടാനും അന്ന് തിരക്കുകൾക്കിടയിലും അദ്ദേഹം സമയം കണ്ടെത്തി. സ്കൂൾ അസംബ്ലിയിൽ പങ്കെടുത്ത് സംസാരിച്ചു. കുട്ടികൾക്ക് മധുരപലഹാരങ്ങളും പുസ്തകങ്ങളും വിതരണം ചെയ്തു. ഏഴെട്ടുപതിറ്റാണ്ടുകൾക്ക് മുൻപ് താൻ ഇരുന്നു പഠിച്ച ക്ലാസ്മുറികളും ഓടിക്കളിച്ച മൈതാനവും ചുറ്റി നടന്നുകണ്ടു.

സന്തത സഹചാരിയായിരുന്ന ഭാര്യ തങ്കത്തിന്റെയും മൂത്തമകൻ സുകുമാരന്റെയും മരണം അദ്ദേഹത്തിന് കനത്ത ആഘാതമായി. ഇതേ തുടർന്ന് അദ്ദേഹം തീർത്തും ശയ്യാവലംബിയാകുകയായിരുന്നു. നെഹ്റു ജന്മശതാബ്ദിയോടനുബന്ധിച്ച് 1989 ആദ്യം ഡൽഹിയിൽ സംഘടിപ്പിക്കപ്പെട്ട നെഹ്റുവിനെ കഥാപാത്രമാക്കി ശങ്കർ വരച്ച 400 കാർട്ടൂണുകളുടെ പ്രദർശനത്തിന് ഒരു വീൽ ചെയറിലാണ് അദ്ദേഹം പങ്കെടുത്തത്. അദ്ദേഹത്തിന്റെ ഏറ്റവും അവസാനത്തെ പൊതുപരിപാടിയായിരുന്നു അത്.

1989 ഡിസംബർ 26 ന് സംഭവബഹുലമായ ആ ജീവിതയാത്രയ്ക്കു തിരശ്ശീല വീണു. അപ്പോൾ അദ്ദേഹത്തിന് 87 വയസ്സായിരുന്നു. രാവിലെ ഏഴുമണിക്ക് ഡൽഹിയിലെ പുരാണഖിലയിലുള്ള വസതിയിലായിരുന്നു അന്ത്യം. ബന്ധുക്കളുടേയും സുഹൃത്തുക്കളുടേയും ആരാധകരുടേയും സാന്നിധ്യത്തിൽ വൈകുന്നേരം നിഗംബോധ്ഘട്ട് ശ്മശാനത്തിൽ മൃതദേഹം സംസ്കരിച്ചു. ജീവിതത്തിന്റെ നാനാതുറകളിൽ നിന്നുള്ള പ്രമുഖരും കാർട്ടൂണിസ്റ്റുകളും പത്രപ്രവർത്തകരും

ശങ്കറിന് ആദരാഞ്ജലികൾ അർപ്പിച്ചു. തങ്ങളുടെ ശങ്കറമ്മാവനെ അവസാനമായി ഒരുനോക്കു കാണാൻ ധാരാളം കുട്ടികളും എത്തിയിരുന്നു. ശങ്കറിന്റെ വിയോഗത്തിൽ മറ്റുള്ളവരെക്കാൾ അവർക്കായിരുന്നു കൂടുതൽ ദുഃഖം.

ഇന്ത്യൻ പ്രസിഡന്റായിരുന്ന ആർ വെങ്കിട്ടരാമന്റെ വാക്കുകൾ:

> നാം പരസ്പരം ആക്രമിച്ചും വഴക്കടിച്ചും ഇവിടം ഒരു നരകമാക്കി മാറ്റുമ്പോൾ ചിത്രരചനാമത്സരങ്ങളിലൂടെയും പുസ്തകങ്ങളിലൂടെയും ലോകത്തെമ്പാടുമുള്ള കുട്ടികളിൽ സാഹോദര്യവും സമഭാവനയും ഊട്ടി വളർത്തി ഇവിടം ഒരു സ്വർഗ്ഗമാക്കാനുള്ള ശ്രമത്തിലായിരുന്നു ശങ്കർ. ഒരിക്കൽ ഇന്ത്യൻ രാഷ്ട്രീയത്തിന്റെ ഗതിവിഗതികളെ നിയന്ത്രിച്ചിരുന്ന അദ്ദേഹത്തിന്റെ വാക്കും വരകളും ചരിത്രരേഖകളിൽ എക്കാലവും ഉണ്ടാകും.

ആർക്കും ഒരിക്കലും മെരുങ്ങാത്ത ശങ്കർ എന്ന കാർട്ടൂണിസ്റ്റിനേയും, അദ്ദേഹത്തിന്റെ കൂർത്തുമൂർത്ത പരിഹാസാസ്ത്രങ്ങളേയും, കുട്ടികളുടെ കളികൂട്ടുകാരനേയും നിശ്ചലമാക്കാൻ മരണത്തിനു മാത്രമേ കഴിഞ്ഞുള്ളൂ- എന്നാൽ ചിരിപ്പിച്ചും ചിന്തിപ്പിച്ചും രാഷ്ട്രീയ-സാമൂഹിക-കലാരംഗത്ത് ഒരു പുരുഷായുസ്സ് നിറഞ്ഞുനിന്ന അദ്ദേഹത്തിന്റെ സജീവ സ്പന്ദനം നമ്മുടെ ഓർമ്മച്ചിത്രങ്ങളിൽ ഒളിമങ്ങാതെ നിലനിൽക്കും.

സഹായക ഗ്രന്ഥങ്ങൾ

1. *ശങ്കർ* – ചിൽഡ്രൻസ് ബുക്ക് ട്രസ്റ്റ്, ഡൽഹി
2. *Don't Spare Me Sankar* – ചിൽഡ്രൻസ് ബുക്ക് ട്രസ്റ്റ്, ഡൽഹി
3. *Life with Grandfather* – ചിൽഡ്രൻസ് ബുക്ക് ട്രസ്റ്റ്, ഡൽഹി
4. *മലയാള മനോരമ* – 2002 ജൂലൈ 28, 1989 ഡിസംബർ 27
5. *വരയിൽ വിരിയുന്ന ചിരി* – ജി. അഴീക്കോട്
6. *The Indian Express* – 1985 – സെപ്റ്റംബർ 15
7. *കുങ്കുമം വാരിക* – 1985 – ജനുവരി 13
8. *എന്റെ അനുഭവക്കുറിപ്പുകൾ* – ഏവൂർ പരമേശ്വരൻ